LÊ HÂN

NGỌN TÌNH
LỤC BÁT

Nhân Ảnh

2016

NGỌN TÌNH
LỤC BÁT

Thơ: **Lê Hân**
Bìa & Phụ bản: **Khánh Trường**
Trình Bày: **Lê Hân**
ISBN: 978-1-927781-26-5
Nhân Ảnh
Xuất Bản
2016

mở cửa
"Ngọn Tình Lục Bát"

mẹ ươm hạt giống ca dao
nở nhánh lục bát ngọt ngào Việt Nam
trời còn tinh khiết trăng vàng
đời còn sáu tám nồng nàn ấm tay
lót lòng người nụ thơ này
tinh túy dân tộc càng ngày càng thơm

mời người dạo mắt cùng lòng
ghé qua những luống tình nồng tôi xanh
cả đời tôi chắt chiu dành
nụ hôn này tặng loanh quanh cuộc đời
xin cùng tôi bước thảnh thơi
chúng ta giữ gốc cội người Việt Nam

phần một

thiên nhiên xuân sắc

lá hoa gỗ đá sống còn
thi ca nương tựa nuôi hồn ca dao

chim trong sân sau nhà

nhà em có cây thầu đâu
cả ngày chim sẻ chim sâu quây quần
cành thanh lá mỏng rung rung
hát theo cơn gió hòa cùng tiếng chim

em ngồi nhướng mắt lặng im
tiếng chim như tiếng trái tim đập đều
vẩn vơ em liếc nhìn theo
con chim sâu thích leo trèo lung tung

mấy con chim sẻ lạ lùng
đậu chưa nóng đít đã cùng nhau bay

(viết năm 1959)

hoà hợp

trời đất vạn vật con người
luôn luôn hít thở trong tôi mỗi ngày
tôi sống trong mỗi phút giây
là sống cùng với cỏ cây đời đời

chung quanh bát ngát tình người
tôi tồn tại bởi tiếng cười lạc quan
ngồi chung trong cõi thế gian
biết yêu để sống đàng hoàng cuộc chung

hoa vàng

mong manh những cánh hoa vàng
xuân hương vi diệu bay tràn lan thơm
vô ưu hoa nở trong lòng
sắc không không sắc ngát dòng tịch liêu

không gian vọng động chuông chiều
Phật môn tiên cảnh phiêu diêu ngút ngàn
tự thân bỗng chợt nhẹ nhàng
ngũ uẩn chẳng phải xác phàm ngẫu nhiên

cành hoa vàng vọng trước hiên
có hồn có xác an nhiên tụ thành
nghiệp duyên từ quá khứ lành
thành hoa kính Phật chân thành chính tâm

mơn mởn tháng tư

cỏ

thả rơi bộ cánh ngập ngừng
các em phơi phới tưng bừng tươi non
ngọn chen ngọn dáng thon thon
hát theo gió thở nỉ non xa gần
hương trời hương những gót chân
hồ như vướng chút bâng khuâng mơ hồ

mây

mỏng mảnh từng tảng trắng phau
nằm dài linh động, theo nhau dập dìu
thay hình đổi dạng sớm chiều
các em vẫn chỉ phiêu diêu ngàn đời
bềnh bồng trọn kiếp thảnh thơi
nhẹ tênh thân phận nổi trôi nghìn trùng

nắng

trong hơn nước sáng hơn gương
ngỡ dày mà hóa là đường chỉ tơ
vàng tươi từ buổi tinh mơ
óng a óng ánh vào giờ nghỉ trưa
hoe vàng lúc sắp đong đưa
theo ngày vào tối vẫn chưa nỡ rời

hoa

đỏ xanh vàng tím nâu hồng
muôn màu khoe sắc trổ bông rộn ràng
em nằm phơi trước hành lang
em leo lên đứng đầu giàn hiên thơm
ngón tay còn ấm hương son
nâng em thở những nụ hôn thâm trầm

thiếu nữ

váy cao giày nhọn phất phơ
em qua giữa phố em vào giữa xuân
tháng tư bắc Mỹ mở tung
cánh cửa đời sống vô cùng an nhiên
em hiền, em đẹp như tiên
cuộc đời đích thực nhờ em tuyệt vời

tháng tư nơi tôi cư ngụ

quanh năm nắng ấm bốn mùa
cỏ hoa mơn mởn gió đưa nhẹ nhàng
dải mây lúc đỏ lúc vàng
tùy mặt trời đứng dọc ngang mỗi ngày

nhiều con chim hót trên cây
nhiều con chim đậu chợt bay bất ngờ
và tôi có lúc làm thơ
có lúc huýt gió đi vào đi ra

nơi tôi ở đất hiền hòa
người thân mật tình đậm đà cho nhau
tuy rằng ngõ trước hiên sau
biết mặt nhưng chẳng rõ nhau tên gì

tay vẫy, cười mỉm, chớp mi
đã là nói đủ cần chi lắm lời
thong dong thở hít khí trời
trong không gian đậm ngọt bùi tình thân

bốn mùa đều một mùa xuân
tháng giêng tháng tám tưng bừng như nhau
hôm nay tháng tư bắt đầu
tôi ngồi ngắm cảnh ngờ đâu nhớ nhà

lặng im nhìn những cánh hoa
đêm qua vừa nở mượt mà vườn sau

nắng hè

nắng tràn lan nóc nhà cao
nắng nghiêng phố rộng nắng chao mặt đường
nắng trong veo nắng vàng hườm
nắng sâu thẳm khối bốn phương đất trời
nắng bao vây khắp mọi nơi
nắng không phân biệt mọi người khác nhau

trời cao mây trắng phau phau
cây dày lá biếc xôn xao gió cười
đàn chim bay đậu tới lui
có đôi đạp mái có đôi hát hò
hương hoa ong bướm nhỏ to
lời tình tự tỏa thơm tho cuộc đời

chợt đi chợt đứng chợt ngồi
thời gian di động trong tôi dịu dàng
hình như có bước chân vang
người thanh xuân rất đài trang đến tìm
năm mươi phút nằm lim dim
câu thơ chín tới trong tim bao giờ

trung thu rước đèn

lồng đèn tôi dán bằng thơ
từng câu từng chữ như mơ ước bày
giấy gương, giấy bổi đong đầy
mặt trăng thu sáng trời mây thơm vàng

chị Hằng nghiêng má hân hoan
xoa đầu từng đứa trẻ vang miệng cười
khóe môi còn đọng niềm vui
hương mùi thập cẩm ngát mùi hạt sen

câu ca còn mắc kẽ răng:
"Tết Trung Thu..." đến *"rước đèn đi chơi"*
tùng tùng trống đánh nghiêng trời
con lân múa trước nhịp hồi trống theo

sao trời, triệu ngọn đèn treo
sáng tôi, chú cuội cheo leo cõi trời

tưởng xa lắc xa lơ rồi
hóa ra đã trở lại thời ngây ngô
lồng đèn tôi dán bằng thơ
dưới trăng ngồi uống trà chờ câu ca

Trung Thu đời rước đèn hoa
đi từ tuổi trẻ đi qua tuổi già
nghĩ không ra, nhớ không ra
tôi hay chú cuội ai già hơn ai?

Minh Nguyệt cùng với lá đa
vẫn tròn vành vạnh vẫn là thanh xuân
cắt một góc bánh ăn mừng
Trung Thu tôi vẫn trẻ trung bên đèn

một trời đầy ánh sáng trăng
tôi thay quần áo *"rước đèn đi chơi"*

lá phong mùa thu

bước đi trên thảm lá vàng
bỗng dưng lòng chạnh ngỡ ngàng bâng khuâng
lá nằm thoi thóp dưới chân
còn thơ ngây đợi gió nâng bay vù

gió vờn qua, gió mùa thu
có phần tinh nghịch, không như mùa hè
gió lượm lá lên săm se
rồi thả cả đám so le bay đầy

ngả tay hứng chiếc lá bay
ngỡ như bắt được tháng ngày vừa qua
khởi từ khi lá nở ra
lá xanh phơi phới lá già sậm xanh

tôi đã nhiều lần vịn cành
ngó lá như đọc ngọn ngành vu vơ
mỗi chiếc lá một câu thơ
mỗi chiếc lá trăm câu thơ bềnh bồng

lá phong ơi hỡi lá phong
đời em ngắn ngủi long đong quá chừng
em không giữ nổi thanh xuân
chỉ vì trổ sắc vô cùng đẹp xinh

em vàng, em tím hữu tình
em nâu, em đỏ ngoại hình cao sang
em hình tượng đất nước vàng
Canada, một địa đàng mênh mông

tội thân em, chiếc lá phong
nói gì em cũng đang nằm dưới chân
xin được nâng em lên lòng
câu thơ bất chợt thả hong thu chiều

thung lũng hoa vàng

ta về Thung Lũng Hoa Vàng
lòng phơi phới mở bạt ngàn hương hoa
gió thoa màu nắng chan hòa
vàng cành lá biếc ngân nga tiếng đời

ta về cư ngụ tại nơi
nhiều năm trước đã ở rồi ra đi
San Jose, bắc Cali
(thành phố thứ nhất Cali hình thành)

hai trăm ba mươi bốn năm (1777-2011)
lòng Thung Lũng, chiếc nôi chăm nuôi người
khởi từ vườn trái xanh tươi
trung tâm điện tử rạng ngời hôm nay

em yêu, nếu ghé nơi này
mời vui chân thả gót giày thăm chơi
Lion Plaza tuyệt vời
nơi từng đốt nến tình người Việt Nam

nhớ ghé thăm từng nhà hàng
khu Senter nở rộn ràng nhịp tim
em tha hồ ngồi lim dim
ăn tô bún Huế bình yên quê nhà
nội thành sen đang mùa hoa
hồ Tịnh Tâm ở trong ta, thật gần

mời em thả thêm bước chân
ghé Thành Được quán bâng khuâng giọng mùi
đương nhiên ngồi cạnh bên tôi
với ly trà đá buồn vui một thời

San Jose một góc trời
nơi tôi ăn học thành người tự do
yêu đời từ thuở học trò
yêu thơ từ thuở tập tò yêu em

Thung Lũng Hoa Vàng mông mênh
có trời có đất có em bốn mùa

thu trong lục bát

năm xưa nhặt lá thu vàng
ép vào trang vở mơ nàng hóa thơ
thu nay chợt thấy bất ngờ
gặp lại khuôn mặt hững hờ năm xưa

ngửa tay đựng mấy hạt mưa
xoa lên mặt mũi vẫn chưa tỉnh người
môi thơm ai nói ai cười
cho thu vàng tím và tôi nâu hồng

có em từ đấy trong lòng
đến nay vẫn chỉ một vùng nhớ nhung
trời cao biết có điểm dừng ?
lòng tôi chẳng phút nào ngừng yêu em

tháng tám 2013

trời đang rực nắng chợt mưa
đám mây chứa nước gió đưa bất ngờ
dòng nước lấp lánh dòng thơ
từ không gian rộng nối vào lòng tôi

cuộc đời rộn rã reo vui
từng ngày bát ngát nụ cười nở ra
mới đầu tháng giêng tháng ba
chừ vào tháng tám mượt mà cỏ cây

hương trên cơ thể tràn đầy
thanh xuân thiếu nữ phơi bày nhởn nhơ
phố phường mát gót ly tao
cùng tôi hít thở dạt dào yêu thương

ngày dồn chân tháng qua đường
sống vui nhờ biết bình thường bình tâm
chỉ còn bốn tháng hết năm
hết năm rồi lại hết năm nhẹ nhàng

vui buồn hoán đổi sang trang
được hưởng đầy đủ an nhàn thảnh thơi
cảm ơn em tạ ơn đời
tôi làm thơ dễ như chơi đánh cờ

bước vào tháng tám chợt mơ
mùa thu thi sĩ nghiêng chào thế gian

cánh cửa tháng 10

bước vào cùng với mùa thu
em mang hơi thở vi vu nhánh cành
lá còn mướt rượt màu xanh
dù đâu đó điểm vàng hanh ít nhiều

em vào yểu điệu hắt hiu
nắng thanh thanh trải phiêu diêu gót hài
em cho ai mượn đôi vai
để câu thơ sống mảnh mai cùng đời

cùng Lưu thi sĩ dạo chơi
cùng Văn nhạc sĩ thả lời du dương
hơi Thu Quyến Rũ * buồn buồn
thiếu hương hoa lá đậm hương nhân tình

mở ra cánh cửa nhân sinh
tháng 10 cùng với tim mình vu vơ
chữ không dưng bỗng thành thơ
hình như ta đã thành tờ giấy hoa

* *Thu Quyến Rũ: tên ca khúc của Đoàn Chuẩn & Từ Linh*

chào anh 11

lạng quạng đã hết tháng 10
halloween đã ghé chơi nữa rồi
phố phường đầy bóng ma trơi
quỉ đi quỉ đứng quỉ ngồi nghênh ngang
trắng xanh đỏ tím đen vàng
màu mè râu tóc dung nhan lạ lùng
dạo lẻ tẻ đi từng chùm
tay dao tay kiếm tay bưng bọc quà
kẹo bánh từ bậc cửa nhà
lập lòe u ám mở ra tấm lòng
cùng vui với đám trẻ con
cùng sống lại thuở tuổi son xa vời
mùa lễ độc đáo tuyệt vời
ở trên cõi đất cũng tuyệt vời luôn

anh mười một của một năm
về rồi, tôi thấy tôi trầm ngâm hơn
bóng đời bóng nắng chập chờn
nhiều khi thoáng gặp cô đơn bất ngờ
chẳng quen thói đi vẩn vơ
thì thôi làm bậy câu thơ thay vào
thời gian trôi chẳng đợi chờ
ngày xưa học vậy, bây giờ... muốn quên

nắng thơm
Destino Circle, San Jose

ba trăm sáu mươi lăm ngày
nơi tôi cư ngụ gió bay nhẹ nhàng
ngày nào cũng có nắng vàng
không nhiều thì ít về ngang phố hiền

nhờ nắng người đẹp có duyên
nhờ nắng mái tóc mái hiên hoa đầy
nắng treo từ những sợi mây
thòng dài xuống phố cánh tay nuột nà

người đi tay thở hương ra
bốn bề cao ốc nắng pha vị đường
gót son từ khắp bốn phương
ghé về theo nắng khơi nguồn thương yêu

khu nhà tôi ở sớm chiều
nắng thoa son phấn yêu kiều xinh tươi
ngoài nắng còn có một người
tô đậm hương sắc cuộc đời tôi tăng

tình yêu, mưa, nắng thăng bằng
bốn mùa cuộc sống có trăng bốn mùa
không làm vua cũng như vua
còn chi hơn đủ nắng mưa cùng tình

mưa phùn

mưa đủ cho em che dù
giọt tròn giọt đẹp rơi từ thinh không

mưa đủ cho em nhớ mong
một bàn tay vịn bên hông nồng nàn

mưa đủ cho em mơ màng
mùa xuân cành nở hoa vàng mong manh

mưa đủ cho em dạo quanh
phố buồn quán vắng lạnh tanh chân tình

mưa đủ cho em rùng mình
nghe hơi kỷ niệm thấm tình xưa xa

mưa đủ cho em vén tà
cho vạt khỏi ướt tịnh hoa dọc đường

mưa đủ cho em dễ thương
làm người con gái qua đường lẻ loi

mưa bay từng sợi ngắn dài
buộc thương nhớ với bờ vai dịu dàng
tôi đứng núp trong hành lang
đâu hay hồn thả hai bàn chân theo

mưa phùn như sợi dây leo
nối chùm tôi với cánh bèo đang trôi

mộng đêm trăng

nửa khuya hương sắc quê nhà
mon men vào giấc mộng ngà ngọc thơm
ngõ tre xanh hát nỉ non
cánh đồng sóng lúa dập dồn đệm theo

loanh quanh con đường, bờ đê
dòng nước thủy lợi tràn trề êm xuôi
con chìa vôi lơ rình mồi
say sưa tán tỉnh ngọt lời du dương

con chào mào đậu giữa vườn
mít chuối đang độ ra buồng, hát vang
tai nghe từng tiếng rõ ràng
gọi tên tôi hỏi nhớ hàng xóm không

hàng xóm tôi: sân cải ngồng
đàn gà cái cuốc bên hông hiên nhà
còn gì nữa, chưa nhớ ra
hàm răng cười trắng đậm đà mắt đen

giường nằm nhễu những giọt trăng
cảm ơn giấc mộng thân quen đến tìm

mưa hoa

trốn mưa tương đối dễ dàng
trốn tình anh khổ lắm nàng thơ ơi
hoa tươi tàn héo mấy hồi
tình yêu như đất như trời thiên thu

em trốn mưa hay trốn tôi
chạy không quên nở nụ cười trên môi
con đường trơn ướt bốc hơi
bàn chân trần thả xuống đời luống thơ

tay thơm vỗ cánh bay vào
giấc mơ tôi nở tình cờ giữa trưa
trời mưa cắc cớ trời mưa
cầm hoa em chạy gió lùa tóc thơm

lòng tôi không phải mái rơm
cũng không biệt thự, nhưng son sắt là
cõi tình ấm áp đậm đà
em vào tức khắc thành nhà riêng em

tôi dang tay đợi bên thềm
cung nghinh em đến ngồi lên đóa tình
xin lau khô giọt thủy tinh
trời vô ý vãi lên mình thướt tha
mưa hiền như những cánh hoa
ướp cho nhan sắc mượt mà thanh xuân

mưa núi

lòng không dưng nhớ bâng khuâng
thương về một thuở xa xăm mịt mù
thời còn ẵm ngửa tản cư
trong lòng cha mẹ dường như vẫn còn

lên hai từ giữa núi non
Tiên Châu, Tiên Phước chon von đỉnh trời
mái tranh, nền đất nện ngồi
ngó trời mưa phủ ngút hơi đá già

chạy đi đâu rồi những con gà
chắc ra chái bếp sau nhà nghỉ chân
đứng buồn thi nhau vãi phân
nghiêng má ngó thử trời gần hay xa

tôi đi chập chững ngó ra
những giọt mưa núi bao la ập về
ào ào rồi đến lê thê
buổi trưa sập tối, lộn về sớm mai

mây trắng nằm phơi đường dài
như vừa mới tắm mảnh mai dáng chiều
chiếc tàu bay giọng dập dìu
ru tôi vỗ giấc thiu thiu dần dần

già ba năm những mặn nồng
với rừng với núi thân thương vô cùng
năm mươi tám năm mịt mùng
xa rừng bỏ núi thế nhưng vẫn là

còn xanh kỷ niệm đã qua
nhất là mưa núi trong ta vẫn đầy
mở lòng làm cánh chim bay
về quá khứ tắm vài giây mát lòng

cảm ơn ngón bấm có hồn
cảm ơn tấm ảnh sống còn muôn năm

sen

sen thơm từ thịt da thơm
sen kề môi má đường cong cổ dài
sen hồng phơn phớt áp tai
sen ôm sát nhánh tóc mai dịu dàng

sen nằm trên ngón tay vàng
sen che đỉnh ngực đoan trang mặn nồng
sen hồng yếm đỏ thong dong
sen nghiêng nghiêng nhánh từ lòng tiểu thư

nhớ ai em mãi suy tư
quên thời gian đã hình như về chiều
thanh tao nhan sắc mỹ miều
không gian thăm thẳm trăm chiều nhớ nhung

hái sen

thúng nghiêng cùng với em nghiêng
mưa hay cá móng làm duyên mặt hồ
bóng em nước đựng khi nào
sen thơm thoang thoảng ngấm vào bàn tay

coi chừng ngã ướt mình dây
ướt luôn nỗi nhớ ta bày trong em
thời gian ngừng giữa mông mênh
em thơm hơn cả hương sen ngọt ngào

ta tìm gặp một giấc mơ
nở ra xanh biếc đọt thơ xuân tình

hoa thời gian

ngày trôi lặng lẽ qua tuần
nhẹ nhàng đến tháng lạnh lùng lướt qua
tâm dung nhân dạng người ta
theo đời thay đổi chẳng qua bình thường

trọn đời khó giữ sắc hương
may ra nuôi dưỡng yêu thương lâu bền
ta qua ngàn nẻo lênh đênh
vẫn là thuần khiết họ tên ngày nào

mẹ cha đã đặt hồn vào
gắng không để lạc giấc mơ của người
thời gian trăn trở ngược xuôi
tấm lòng giản dị nói cười tự nhiên

tháng năm không bám ưu phiền
dễ khó không đợi cái duyên bên ngoài
chính ta không phải tùy ai
hướng đường năm tháng theo tương lai mình

hoàng hôn cũng giống bình minh
vốn cùng tuyệt đẹp với hình ảnh ta
tuổi xuân không lạ tuổi già
bởi trong giờ khắc nở hoa ngọt ngào

vẽ tình theo nhạc

buổi trưa liền với buổi chiều
tôi ngồi chép nhạc tình yêu tặng người
cho dù nhạc chẳng của tôi
cũng mang hơi hám lòng tôi trải vào

nốt ngân nga, nốt ngọt ngào
mở ra từng cánh cửa chào đón nhau

tình tôi chẳng biết giấu đâu
nên theo nhạc sĩ từng câu mượt mà
người nghe lẩm nhẩm cùng ca
vang vang đâu đó người xa tình gần

không cầm tay chẳng chạm chân
như dường như đã lâng lâng theo tình
âm thanh quả thật hiển linh
gom lòng đồng điệu nói tình cột chung

tôi làm thơ hơi lung tung
chỉ duy một điểm cũng cùng thương yêu
thơ nhạc vốn chỉ bấy nhiêu
và tôi cũng chỉ vì yêu đời và

em nhan sắc nở như hoa
ơi em nữ thánh trong ta thơm lừng

nâng ly

một năm nữa bỏ chúng ta
một năm đang đến giàu ra rất nhiều
giàu niềm vui, giàu tình yêu
giàu thương, giàu nhớ, giàu phiêu du và

giàu luôn năm tháng trên da
giàu luôn tuổi sống thiết tha tình đời
tùy theo từng lứa, từng người
chúng ta tiếp nhận nụ cười thời gian

pháo treo từng cụm hoa lan
chuông giao thừa gởi xuân sang mỗi nhà
chẳng ai trong mỗi chúng ta
không nghĩ không nhớ món quà trời cho

tình thương không lượng nhỏ to
đồng đều hương sắc thơm tho theo đời
ta vì ta nghĩ về người
người vì người đã mỉm cười về ta

những ngày sắp đến thăng hoa
nụ tình nhân loại bao la cõi người
cung kính góp giọt thơ vui
cho mỗi cốc rượu đượm môi thơm lừng

cung chúc tân xuân
12 nguồn tuổi

1. Tý

chúc em tuổi Tý đài trang
đầu sào tài lộc sa ang nếp đầy
mắt tròn, môi tháp, mình dây
với chân thoăn thoắt với tay nhẹ nhàng
từ đường, đền miếu, nhà quan
lều tranh, chòi rạ hỗn mang vẫn tình
cả đời tiếp tục rập rình
đục khóet, gặm nhấm xuân tình thâu đêm

2. Sửu

chúc em tuổi Sửu bồng bềnh
dắt người lội giữa mông mênh đất trời
cần cù nhẫn nại theo đời
sống là tham dự cuộc chơi chân tình
vo ve ruồi nhặng quanh mình
phẩy tai nghe gió lung linh tiếng lòng
hết đường thẳng sang đường cong
thương người để mũi xỏ vòng chung thân

3. Dần

chúc em, xinh xắn tuổi Dần
thân ngà khoác áo hoa vân đen vàng
em đi rừng suối âm vang
muôn loài thiêm thiếp dưới bàn chân sen
mắt em rực rỡ ánh đèn
yên hùng một cõi ngắm trăng đợi tình
bềnh bồng đời giữa u minh
em cao số, chỉ giả hình thế gian

4. Mẹo

chúc em tuổi Mẹo đài trang
thân như dải lụa vắt ngang hiên chiều
cả ngày mơ, ngủ thiu thiu
làm thơ, lập thuyết phiêu diêu trong đầu
tiếng tình em xoáy đêm thâu
không gian kín phút nhiệm mầu của em
riêng ta phủ phục yếu mềm
vờn chi tội nghiệp trái tim tín đồ

5. Thìn

chúc em mơn mởn tuổi Thìn
đền vua, cung điện, miếu đình nghiêm trang
em nằm vắt vẻo mơ màng
long lanh vi vảy khói nhang thơm lừng
cái gì em giấu trên lưng
bài thơ hay chỉ một vừng mây xanh
cả đời em sống trong tranh
xin cung nghinh đón em thành phu nhân

6. Tỵ

chúc em tuổi Tỵ hồng nhan
giấu mình trong động trong hang trốn đời
trăm chân cũng giấu trong người
ngàn tình không nở tiếng cười bao dung
dẫu từ sông nước, núi rừng
cũng chung một điểm lạnh lùng, đa nghi
đã là tiên tổ ngành y
hẳn em cũng biết chút gì thương yêu

7. Ngọ

chúc em tuổi Ngọ diễm kiều
cổ cao chân thẳng dập dìu tóc bay
bạch ô hồng tía... mỏng dày
phóng thân theo những đường mây phiêu bồng
một đời mã thượng chân tâm
nắng quỳ bên gối mưa nằm bên vai
từng phần thân thể đều dài
tình trường chiến địa miệt mài ngược xuôi

8. Mùi

chúc em lộng lẫy tuổi Mùi
ngoắt đấng hoàng thượng cúi người vào thăm
cỏ hoa là chỗ em nằm
thơm lừng hương sữa hương đồng cỏ hoa
em không quần lượt áo là
em là điệp khúc thịt da đời thường
không yêu mà chỉ như tuồng
ham chơi một chút giải buồn đời thôi

9. Thân

chúc em tinh nghịch tuổi Thân
leo trèo nhảy nhót cành gần nhánh xa
mông hồng từ thuở lên ba
thời Tôn Hành Giả lập ra địa đàng
nuôi trăng nuôi gió trên ngàn
nuôi mây nuôi nắng mưa vàng rừng xanh
dẫu mang em đến kinh thành
vẫn em giản dị hiền lành lạc quan

10. Dậu

chúc em tuổi Dậu làng nhàng
nuôi trăm con với hai bàn chân bươi
trong lưng hồng, bầu sữa tươi ?
rủ người quân tử tới lui đạp hoài
cả gia đình gánh trên vai
mặc chàng bay bướm lai rai theo tình
đôi khi thảng thốt bực mình
tục ta tục tác thanh minh xóm làng

11. Tuất

chúc em tuổi Tuất chững chàng
nghĩa trung trí dũng đàng hoàng lận lưng
một đôi khi cũng lừng khừng
nhìn trăng giỡn bóng hát cùng gió bay
một đôi khi cũng loay hoay
tháng năm thậm thụt tình say đi về
đêm nằm nghe đất tỉ tê
giác quan thứ sáu tỉnh mê cũng tường

12. Hợi

chúc em tuổi Hợi dễ thương
môi hồng má sáp thân phương phi đầy
ăn nằm thơ thới phây phây
mặc cho ruồi muỗi loay hoay chờn vờn
đời còn gì lý thú hơn
nên em gào thét khi cơn bão về
một mai chết cũng chỉnh tề
nọng em nằm giữa bốn bề khói nhang

một buổi sáng
mùng một tết

thay quần áo mới hân hoan
mẹ hỏi thay nước mấy bàn thờ chưa ?
con trai tập làm là vừa
chuyện cúng chuyện lạy từ xưa vốn dành ...

nhanh chân lấy nước vại sành
mâm thau cẩn thận bước quanh cột nhà
mấy chục tách nước lận mà
phải đi nhiều chuyến vào ra vẫn cười

sáng nay tôi thật thấy tôi
lớn lên một tuổi cả người khôn hơn
chợt quên mất thằng bé con
lận lưng cái ná lon ton vườn ngoài

sáng nay tôi thật là oai
áo trong quần nịt hẳn hoi chỉnh tề
đầu không đội mũ bê-rê
tóc thơm chải lệch nghiêng về một bên

sáng nay mùng một gặp hên
tiền mừng tuổi nặng hai bên túi quần
cha cho được phép lên lưng
người cõng vài phút để mừng tuổi con

nụ cười mẹ không môi son
mà thơm ngan ngát mà hồng hồng hoa
tôi bước se sẽ trong nhà
thấy gì cũng mới như là mới thay

ước gì cả ngày hôm nay
mặt trời đừng lặn bóng mây đừng chìm
ngoài vườn vẫn rộn tiếng chim
trong nhà tôi ấm nhịp tim mọi người

nhớ mùa tết cũ

mưa phùn ướt ngọn bông trang
đầu sân gạch rộng ngã sang nâu hồng
hồ cau tàu ngã lòng thòng
đàn chột dột nói chuyện ồn ào vui

lũy tre liên tục tiếng cười
con đường đất dấu chân người còn nguyên
hôm nay bước vào tân niên
ruộng xanh mạ đứng làm duyên gió trời

lơ thơ thoáng hiện vài người
đang đến xông đất nhà tôi hẳn là
nhìn từ đường ruộng xa xa
trâu nhà ai bước nhẩn nha hiền lành

mùi thơm trong gió loan nhanh
trầm hương cúng tổ tiên thành mây bay
mưa phùn ngưng giọt ngọn cây
tôi thay quần áo xỏ giày ra hiên

tết này chắc được nhiều tiền
sẽ mua cuốn vở tập biên thơ tình
tặng cha tặng mẹ chữ mình
nuôi trong tâm trí ảnh hình lâu nay

pháo tết

thấy ai treo pháo trước nhà
tôi cùng đám bạn la cà chờ xem
những đôi mắt tròn ngó lên
dây pháo lơ lửng chênh vênh lòng thòng

nắng mai pha thắm sắc hồng
cả ngàn viên pháo yên nằm sát nhau
vô tư đâu biết gì đâu
chỉ trong chốc lát sắc màu nát tan

tấm thân vỡ vụn ngổn ngang
mặt đường sân gạch đỏ loang máu hồng
hét to một tiếng là xong
niềm vui tràn giữa thinh không tưng bừng
lửa chớp khói bốc mịt mùng
gió bay tan vội vào từng mây cao

tôi và đám bạn xông vào
tranh nhau tìm những viên nào còn nguyên
nụ cười đôi mắt hồn nhiên
đẹp như hoa nở bình yên giữa trời

tuổi thơ ơi tuổi thơ ơi
bỗng dưng buồn nhớ một thời vàng son
ước gì mãi mãi trẻ con
mỗi ngày mỗi tết mãi còn tuổi xuân

nhớ những mùa tết xưa

tuổi thơ tôi ít có duyên
với những mùa Tết cổ truyền làng quê
một đôi khi được theo về
Hòa Đa Liêm Lạc cận kề bà con

ba ngày xuân nhật nông thôn
tôi hưởng một chút non non một ngày
đủ vừa thấy khói rơm bay
là đà qua những ngọn cây mái nhà

đủ vừa thấy những bông hoa
khiêm nhường nở thật đậm đà hồn nhiên
những bông vạn thọ vàng tuyền
luôn có bổn phận đứng yên trước thềm

thược dược khoe sắc kề bên
mai vàng đa số đứng trên mặt bàn
đương nhiên ba khóm bông trang
không quên góp sức điểm trang sân nhà

nắng hanh mưa bụi như là
thói quen ngày Tết mượt mà dáng xuân
quê tôi không nấu bánh chưng
bánh tổ bánh tét luôn cùng sánh vai

riêng tôi quả thật nhớ dai
những lát bánh hộc thơm hoài trong môi
nếp, đường, đậu, chỉ vậy thôi
mà sao bùi ngọt suốt đời chưa quên

tết quê ấm những miếu đền
am, chùa hương khói vang rền trống chuông
áo dài khăn đóng như tuồng
có thần thánh đến ngự luôn trên đầu

mắt cười môi nở nhiều câu
năm mới phước lộc sang giàu bình an
tôi đi dạo một góc làng
kéo theo cả đám hoàn toàn trẻ con

sân xuân một thuở

rời tuổi thơ đã lâu ngày
tháng năm xa cách chất dày thịt da
tưởng gần mà nhớ quá xa
dù trong trí nghĩ như là hôm qua

ở đây mảnh khảnh cây cà
giàn que tre thấp đàn gà đóng quân
trú nắng trưa soãi cánh chân
núp mưa cù rụ tưởng chừng cao nhân

ở đây vồng cải trổ bông
nụ tươi nụ đã nhón ngồng lên cao
con ong bầu lượn ra vào
con chuồn chuồn ớt chao chao thân mình

ở đây cành nhánh rung rinh
hoa khổ-qua nở xinh xinh bướm vờn
con tò vò thật ba lơn
đậu không hẳn đậu bay vòng tứ tung

góc sân, bên phải nằm cùng
bụi cây lối ngõ chia chung nắng vàng
chậu hoa vạn thọ mơ màng
cánh ruồi lạng quạng bay ngang bất ngờ

và tôi trong chái ngồi chờ
mẹ, chị chẳng biết bây giờ về đây?

chào xuân

hình như xuân sắp lên đường
ta nghe trong tóc người luồng gió bay
ta nghe tiếng hát trong cây
ta nghe tiếng cỏ gọi đầy đường đi

trong lòng ta thoáng thầm thì
gọi ai không biết đợi gì chưa hay
hình như nắng mỏng manh bày
áo người nhan sắc chân mày nở hoa

trời cao gót nhón vẫn xa
tầm tay định hái tháng ba xuân tình
cành xanh nhẹ nhỏm trở mình
con chim vay đọt cây rình tình nhân

nắng vàng thơm mộng bâng khuâng
đứng chào tám hướng mùa xuân sắp về...

nhịp xuân

nghe trong cành lá tươi non
tiếng gió nhỏ nhẹ mơn mơn nhánh cành
lá xanh nằm gối lá xanh
nắng xuân trang điểm long lanh nét tình

tôi nhìn gót bước bình minh
đi vào thành phố cung nghinh em về
dáng mai huệ sánh đề huề
bên lan bên cúc tỉ tê bước cùng

áo hoa vạt lụa tà nhung
lâng lâng chở mộng vào chung với người
góp nhau môi mắt mỉm cười
cho đời thắm thiết xuân tươi thắm màu

vang vang hơi thở nguyện cầu
trời cao đất rộng lòng người bao la
chim chuyền nhau nụ tình ca
em nghiêng môi nở đóa hoa vô thường

vườn xuân

cành xanh và lá cũng xanh
nhìn ra vườn gặp bức tranh tuyệt vời
vàng hoa vạn thọ như ngồi
kề bên thược dược hé môi từng chùm
đám hồng dựa ở sau lưng
đỏ vàng trắng mượt như nhung vươn người

con ong con bướm con ruồi
con chi chi đó đang cười với nhau
gió như cũng thích sắc màu
nghiêng thân ghé lại ướm câu tỏ tình
cỏ nghêng ngang rướn thân mình
khoe khoang dáng đứng rung rinh nhịp cười

nhìn vườn xuân đến, lòng vui
tôi mang chiếc ghế ra ngồi sống chung
thiên nhiên quả thật vô cùng
hít vào giữ lại cả vùng trời xanh
thở ra lòng dạ đi quanh
đất trời vô lượng tôi thành thánh tiên

quà xuân

em muốn xin những điều gì
ngày nào cũng mãi xuân thì được chưa
cái má vành mắt chưa thừa
dấu chân chim nghịch bước bừa đi qua
cặp môi mọng mãi thiết tha
lưỡi thơm miệng ngọt nở hoa mỗi ngày
tiếng dương cầm ấm ngón tay
tóc nuôi nhè nhẹ gió bay dịu dàng
sắc nhan cần cho hồng nhan
nét hiền dịu giúp nữ hoàng cao sang

cho em tất cả mơ màng
mà em ôm gối nghiêm trang nguyện thầm
cho em luôn cả từ tâm
để em thánh thiện từ trong ra ngoài
đời em ngun ngút còn dài
xuân này xuân tiếp miệt mài gia tăng
yêu thương là sức vạn năng
dành dụm phân phát quân bằng tự nhiên

nghĩa là em uống thuốc tiên
giữ cho vương miện bình yên trên đầu
quà xuân này chẳng đến đâu
mà vô giá đủ nông sâu ân tình
cho em ta cũng cho mình
niềm tin nhân thế lưu sinh đời đời

mưa xuân

mưa xuân đang phất phới về
giọt dài, giọt ngắn lê thê ngang trời
kim cương ai vãi quanh tôi
như chùm tơ nhện buông lơi thẳng, chùng

có ai tinh nghịch nắm rung
đong đưa theo ngọn gió lừng lựng bay
cánh dù mảnh khảnh xoay xoay
năm ngón tay biếc loay hoay ngập ngừng

thả lọt mưa ướt gót chân
chiếc giày cao gót lừng khừng run run
không gian ẩm ướt buồn buồn
như đôi mắt chợt dễ thương mỉm cười

bàn tôi còn mấy ghế ngồi
nhóm người định gọi, cặp môi ngại ngùng
em đi tóc gió thổi tung
hương thơm xanh biếc cả vùng mưa xuân

tôi nhìn quyến luyến cánh lưng
nghe tâm hồn mọc nhớ nhung bất ngờ
cảm ơn em cho câu thơ
tôi tìm kiếm mãi bây giờ mới ra

khai bút năm mẹo

sáng dậy mở cửa thấy Xuân
ngó quanh tìm Tết, đến cùng hay không
gió bay giọt nắng hồng hồng
đậu hờ chéo áo xẻ hông diệu kỳ

có gì rớt chạm hàng mi
làm tôi chớp mắt tức thì lạ chưa
muốn vòng tay lại kính thưa
mời xuân sắc ghé ăn trưa cùng mình

bước ra phơi phới cung nghinh
cánh chân khuê các tượng hình mai hoa
bên hiên chậu cúc mượt mà
mỉm cười với nụ thơ ba hoa tình

quay vào nâng cốc thủy tinh
ngồi an nhiên thở hít tình thế gian
không gian đang níu thời gian
và tôi đang níu tuổi vàng thanh xuân

bài thơ đang viết dở chừng
lơi tay để ngắm mùa xuân thế nào
không hương bánh tét, hoa đào
chỉ có một chút xôn xao trong lòng

bao năm trôi nổi lưu vong
đi đâu tết cũng lòng vòng theo chân
cảm ơn thổ địa thánh thần
bài thơ khai bút mỗi năm vẫn là

yêu em tha thiết đậm đà
yêu em đích thực chính là yêu tôi
rót trà ra uống một hơi
mỉm cười thú vị biết tôi yêu đời

xuân lạc quan

lá vẫn lá hoa vẫn hoa
mùa xuân ngàn thuở vẫn là mùa xuân
vui tay vẽ cái bánh chưng
vẽ thêm một tách trà gừng bốc hơi

thế là lòng vẫn yêu đời
xa nhà đâu phải xa người thế gian
bài thơ viết dở trên bàn
liếc qua vần điệu rộn ràng, vần vơ

cầm ngửi hương chữ, bất ngờ
thấy ra đầy đủ ngây thơ xuân thì
mỗi dòng mỗi nhánh vân vi
mỗi hồn chữ ẩn chút gì của ta

lá vẫn lá hoa vẫn hoa
mùa xuân ngàn thuở vẫn là mùa xuân
và ta, quả thật lạ lùng
mấy mươi năm vẫn trẻ trung đời đời

nhờ yêu đến chốn đến nơi
nhờ thương hết cả mọi người chung quanh
trái tim như vạt đất lành
trồng tình để nở hoa xanh bốn mùa

chờ đợi đầu năm

mùa xuân tiếp nối mùa xuân
ta thêm một tuổi tưởng chừng như không
ngó qua da thịt vẫn hồng
tóc râu vẫn mướt, mắt trong vẫn cười

chung quanh rộn rã tiếng người
con chim con sóc ngược xuôi bình thường
nằm trên ngàn vạn nỗi buồn
là niềm hy vọng luôn luôn nẩy mầm

chỉ cần có một cái tâm
biết rung động đủ trổ bông an bình
nhìn đâu mình cũng thấy mình
biết yêu biết ghét thật tình tự nhiên

xuân, thu, đông, hạ vốn hiền
đưa ta từng chặng qua miền thế gian
bây giờ mùa xuân đang sang
tứ chi thân thể hoàn toàn mới tinh

viết chơi vài câu thơ tình
tặng người đồng điệu xinh xinh trong đời

mời em nhanh chóng trả lời

trôi theo xuân thì

đầu trần trôi giữa hàng me
chiều từ thư viện theo xe đạp người
hình như đằng trước mỉm cười
nén đôi mắt liếc thầm người sau lưng

sao chân đạp nhanh quá chừng
coi chừng tà áo trắng chùng nan hoa
qua mấy ngã tư ngã ba
vai nghiêng một chút như là động viên

ngầm hiểu có chút ưu tiên
lúc thong thả lúc đạp liền đôi chân
tiến sát còn rất ngại ngần
an toàn khoảng cách dần dần sẽ hay

đâu ngờ không gió mà bay
thình lình người cũng như mây ngang trời
tuy không định làm cái đuôi
vắng người lòng rỗng mất vui thế nào

ngày tình
Valentine

vẫn *chocolate* và hoa
cùng rượu lẫn bản tình ca nồng nàn
chúng ta viết mãi ngàn trang
thơ tình cho thế giới càng yên vui
tình yêu từ trái tim người
vốn là nguồn cội nụ cười thanh xuân

mỗi năm chẳng chỉ một lần
với tôi, từng khắc: *valentine* hồng
yêu em ngồi viết lòng vòng
mỹ danh em giữa những dòng thơ thơm

tháng hai mười bốn chỉ hơn
hôm qua một chút mình trong mọi người
yêu nhau là chuyện muôn đời
chọn một ngày để nhớ đời cũng hay
cái ngày đầy đủ hai tay
không cầm viết chỉ đắm say dìu người
valentine, ngày tình vui
bài thơ hai chữ tuyệt vời: "yêu em"

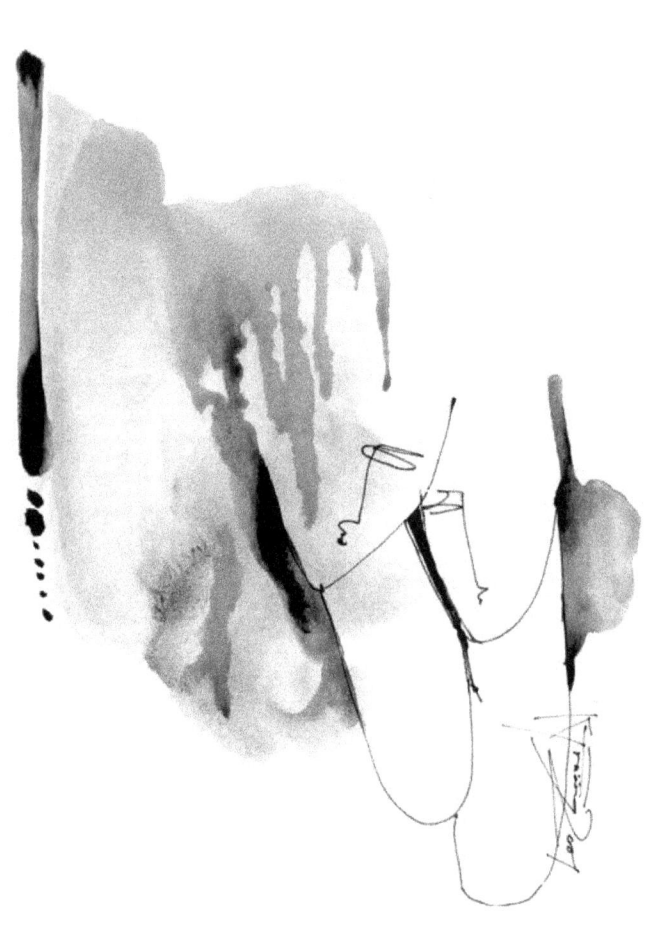

phần hai

quê hương

núi sông đất biển ruộng vườn
tế bào da thịt quê hương nồng nàn

quê hương

nêu những hình ảnh quê hương
gợi nhớ một cõi quê hương tuyệt vời
đựng bao con mắt bồi hồi
từng người bỗng gặp cái tôi riêng mình

một quê hương xinh thật xinh
cây rơm ao cá sân đình gốc đa
lũy tre vườn chuối nóc nhà
khói chiều mang lửa bếp pha chân đồi

dòng sông con lạch đựng trời
nuôi mây chen cỏ rong trôi dập dìu
miên man ngọn gió hiu hiu
tiếng chày riếng hát tiếng tiêu mơ hồ

một quê hương nằm trong thơ
thở bằng những điệu ca dao nòi tình
một quê hương thật hiển linh
già nghìn năm tuổi tượng hình yên vui

thật tình quê hương chúng tôi
ngoài những ước lệ, tình người sáng trong
một dân tộc giàu tâm hồn
hiên ngang tự tại dù bom đạn cày

bao lần bị trị đắng cay
vẫn không thất lạc bóng mây non bồng
phương danh cháu lạc con rồng
cùng trời cùng đất sống còn thiên thu

nhớ về quê mẹ

nhớ như người xưa cho rằng:
mẹ còn, quê ngoại vầng trăng thật gần
mẹ mất, quê ngoại xa dần
vầng trăng quê ấy lần lần mờ phai

xưa nghe thoang thoảng ngoài tai
bây chừ thấm thía thở dài trầm ngâm
chẳng còn nhớ mấy chục năm
tôi chưa ghé lại một lần ngoại tôi

đã đành dì cậu mất rồi
ngôi nhà gò mả di dời khác xa
nhưng mà chỗ mẹ sinh ra
góc vườn bờ ruộng vẫn là đất thiêng

La Qua, Vĩnh Điện trời hiền
giàu tre lắm lúa bình yên xanh rờn
nhà ngoại tôi đứng chon von
nền cao ngó thẳng ra con đường dài

con đường đang gánh trên vai
Faifo trong, Đà Nẵng ngoài, phồn hoa
quê ngoại có cổ thành già
có thị trấn trẻ hài hòa phố quê

lâu rồi chưa được ghé về
ngỡ như đã mất hẳn quê mẹ rồi
trên đầu tôi vẫn bầu trời
tôi nguyện sẽ trở về ngồi trông mong

bà con bên ngoại không đông
nhưng tôi tin có người trông tôi về
hiên nhà chái bếp xưa tê
dù xa lạ mấy không hề quên tôi

quê cha

tháng ngày ở với quê cha
ít oi như thể nắng sa hiên chiều
không đánh đáo không thả diều
vài mươi ngày hạ dập dìu bờ mương

thơ thẩn qua vài con đường
lõm lồi đất sét thoảng bùn rơm khô
gai tre đôi lúc lấn vào
chân trần bụi đóng lúc nào không hay

lắng tai nghe cánh chim bay
tiếng cu gáy gọi nhau đầy vườn xanh
buồn chân ghé sờ mảnh sành
dính trên hình cọp miếu lành làng ông

vu vơ nhìn rắn ngó rồng
chầu trong đình rộng mái lồng gió reo
một mình giữa cõi vắng teo
chợt hơi sợ sợ chạy vèo ra sân

quê cha vỏn vẹn được gần
vài ba mùa hạ ghé chân ít tuần
nhưng chừng như ở sát lưng
đi đâu cũng có mùi thân mến này

từ bàn chân đến bàn tay
tôi luôn có dấu tháng ngày xưa xa
nhớ nhà là nhớ quê cha
cõi liêng thiêng ấy chính là quê hương

về quê

quê hương không đón ta về
ta cũng điềm đạm chỉnh tề về thăm
trước thăm ông bà tổ tông
sau thăm hàng xóm đám đông quanh nhà

mọi người đều bà con ta
thân quen tha thiết màu da thịt tình
không hề áo mão tinh tinh
đôi giày cái mũ vẫn mình hồi xưa

không về để lòe bịp lừa
để tìm vui trước đời chưa an lành
quê hương sông núi ngát xanh
nhưng quần chúng vẫn "hôi tanh mùi bùn"

sen thơm mà người còn buồn
đỉnh cao chỉ ở ngọn nguồn chỉ huy
về thăm tuy chẳng ích chi
nhưng tình với nghĩa còn gì quí hơn

"... tự do hạnh phúc" ba lơn
hại cả ngôn ngữ vốn thơm nhất đời
ta về ngồi ngó bầu trời
thương mình chỉ biết buồn thôi vẫn về

(kỷ niệm ngày về thăm Đà Nẵng
tháng giêng năm 2015)

thăm làng

đường làng giờ tráng xi măng
mặt bằng phẳng đỡ bàn chân nhẹ nhàng
lòng như có chút ngỡ ngàng
bâng khuâng tìm lại cổng làng ngày xưa

giá như gặp một trận mưa
vừa đủ để hỏi gió đưa nơi nào
vết bùn ôm nét ca dao
tan vào đâu những ngọt ngào làng quê

đâu rồi đám cỏ bờ đê
dòng trôi thủy lợi đổ về ruộng xanh
mất tiêu rồi khoảnh đất lành
ngồi mòn quần đợi cá tranh nhau mồi

cần câu một nhánh cây rơi
theo thằng bé hát những lời vu vơ
tôi, thằng bé ấy ngày thơ
ngậm ngùi thấm nỗi bơ vơ bất ngờ

miên man vẫn gió ngày nào
mà như xa lạ biết bao hương đồng
đổi thay chuyện của núi sông
còn tôi vẫn giữ tấc lòng nhớ nhung

bước chân không dám ngập ngừng
hình như tôi sợ rưng rưng mắt buồn
làng quê ơi hỡi quê hương
mất rồi gò mả những đường dọc ngang
con cò con quốc lang thang
nơi nào chưa thấy hỏi han một lời
tiếng gù cu đất im rồi
chỉ còn vọng nhịp tim tôi buồn buồn

(kỷ niệm ngày về thăm Liêm Lạc
tháng giêng năm 2015)

ngõ tre quê nhà

ngõ tre, chỗ tôi thường ngồi
mỗi trưa hè được về chơi thăm nhà
nhà có hai cổng vào ra
nhưng cổng bên phải thật là dễ thương

tre đứng quanh dưới con mương
bị hai cái cổng mở đường chia ba
cổng phải ngọn tre la đà
giao nhau thành cái mái nhà ngát xanh

thân sát thân, cành chồng cành
lá như ngòi bút thiên thanh vẽ vời
gió thường trực ghé qua chơi
cành rủ rê lá reo vui từng hồi

nắng hè rực rỡ yên ngôi
đầu cành chót vót chỉ rơi vài dòng
đủ làm sáng tỏ đường cong
dáng thanh tú của tre thong dong cười

vươn cao vài ngọn măng dòi
như cần câu vói mây ngoài không trung
vài con chèo bẻo lạ lùng
lâu lâu ghé đậu oằn rung măng dòi

chích chòe cũng đến lai rai
đậu như đưa võng khoan thai la đà
gió trưa bát ngát tiếng gà
đàn chim sâu vẫn tà tà cành tre

tôi ngồi giữa ngõ lắng nghe
tiếng đồng quê thở hương hè mang mang
vườn nhà có mít, bông trang
mãng cầu, đu đủ, phượng vàng, chuối, cau...
cây người như dính với nhau
thương yêu thân thiện bền lâu bao đời

vậy mà nay sắp hết rồi
Hòa Liên sau gót Cồn Dầu đã tiêu
Hòa Xuân quê tôi mỹ miều
đã có lệnh cướp từ nhiều tháng qua

mất rồi mồ mả quê cha
mất luôn nguồn cội tôi ra với đời
cái danh hai tiếng ông trời
cũng đang bất lực sao tôi vẫn buồn

chẳng thể nào lấy nhớ thương
làm thứ vũ khí giữa phường thôn xa
cũng đành nhắm mắt thiết tha
tưởng tượng để thấy quê nhà ngõ tre

cổng tre

trước nhà tôi có cổng tre
lá đan như chiếc lọng che nắng trời
trưa trưa tôi vẫn thường ngồi
hóng gió Sông Cái thổi lời véo von

lúa xanh đầy mặt cánh đồng
gió qua gợn sóng thành dòng đồng ca
con chim chèo bẻo thướt tha
lúc bay lúc đậu như là giỡn chơi

nhánh măng dòi chĩa lên trời
cong theo sức nặng chim phơi thân mình
bao nhiêu ngọn lá rung rinh
chẳng chiếc nào rụng hữu tình cho vui

một mình chẳng thể nào cười
mà sao trong bụng đang vui quá chừng
cổng tre cũng rất vui mừng
khi tôi đứng thấy mỏi chân lại ngồi

nhạc lũy tre

màu tre xanh đẹp lạ lùng
mắt nhìn như những thảm nhung trải dài
thân cành nhánh sống với gai
nuôi cơn gió hát lai rai cả ngày

lá như ngòi bút loay hoay
viết lên mây trắng vơi đầy dòng thơ
nắng nghiêng treo những ngọn cờ
vàng bay bao bọc cõi bờ thân thương

sớm trưa chiều xế mùi hương
lúa non đất ruộng vương vương lá cành
rì rào chuyển động chậm nhanh
tiết tấu thành những âm thanh dịu dàng

lúc mơ mộng lúc hoang mang
trầm buồn hớn hở lây sang tâm người
nhạc tre nhập với hồn tôi
là một điệp khúc tuyệt vời hồn quê

năm mươi năm chưa trở về
làng xưa xóm cũ chưa hề lạc tôi
nhìn mây hẳn phải nhớ trời
nhìn người tôi vẫn bồi hồi nhớ tre

đêm nằm thỉnh thoảng vẫn nghe
nhạc tre xa gọi sắt se quê tình
nằm im thưởng thức một mình
với vài giọt lệ vô tình chớm mi

cầu ao

cầu ao không dùng để đi
dài chừng năm bảy bước đi thôi à
một đầu: bờ đất vói ra
mấy cây trụ chống qua loa ơ thờ

mươi đoạn thân tre chõng chơ
chênh vênh nằm nối nép bờ đất trơn
vài lùm cây thấp con con
đứng hai bên giữ thơm hồn cầu ao

người bước ra kẻ bước vào
luôn từng người một thấp cao bất đồng
gọi ao như thật là sông
ít ra là lạch lưu thông lừng khừng

đẹp vô cùng những cánh lưng
mẹ chị ngồi giặt áo quần điềm nhiên
đẹp hơn nữa những nàng tiên
nông thôn thòng cánh chân nghiêng chạm dòng

gió trời qua rất thong dong
con chim con cá đồng lòng với nhau
giữ cầu ao sống trong màu
xanh tươi chân chất thật giàu thương yêu

tôi ra cầu ao chưa nhiều
vài lần đủ để sớm chiều nhớ thương
chừ đã lạc xa quê hương
nhưng tôi đôi lúc buồn buồn nhớ quanh

cầu ao giữa khoảng trời xanh
nhói tim tôi nhịp chòng chành bước xưa

khi về thăm Quebec

1.

xuống phi trường đứng ngó quanh
nắng hè vàng óng trên cành, ngoắc tay
trời đang im, bỗng gió bay
lùa vào cổ áo thầm lay lắt cười

tức thì tôi gặp lại tôi
già năm già tháng già đời ở đây
đưa tay vuốt trán vuốt mày
nhìn thêm lần nữa hồn ngày chung quanh

vẫn là gió nắng long lanh
vẫn là bình thản yên lành thân thương
kéo vali mở bước đường
tìm thuê một chiếc xe bình thường đi

vào xe thủng thẳng nhâm nhi
cái vui phơi phới xuân thì thuở xưa
nắng reo gió hát về hùa
đất trời Québec đầu mùa đón tôi

2.

ba đứa cháu, ba chồi non
mỗi chồi mỗi nét hương thơm một dòng
mùi hương tôi ủ trong lòng
bây giờ đã thật sự nồng nàn thơm

cảm ơn thành thật hai con
đã cho ta những búp gòn trắng tươi
xinh xinh những cái miệng cười
môi răng ấm áp tình người phát ra

nội đùa giỡn với cả ba
tự nhiên thấy nội cũng là trẻ thơ
phút giây này chẳng bao giờ
phai trong lòng nội từ giờ trở đi

câu thơ chợt vụng như ri
cũng vì hạnh phúc từng ly tràn lòng
say hôn ba nụ kỳ bông
hình như ông cũng hết lòng hôn ông

(Quebec, tháng 8 năm 2012)

mưa trên phố ấu thơ

nơi chôn cuống rún của ta
vẫn còn nguyên tại nơi xa bạt ngàn
Hội An ơi hỡi Hội An
trong ta chỉ sót tiếng vang xa vời
cách biệt từ thuở nằm nôi
lớn khôn không hưởng khí trời quê hương
ghé về thăm, vội lên đường
trong tim vẫn đượm mùi hương ngọt ngào

hôm nay trời không mưa rào
mở hộp thư chợt bất ngờ gặp mưa
bất ngờ được bàn tay đưa
ta về thăm lại quê xưa tuyệt vời
góc phố này là nơi đâu
lục trong trí nhớ bạc màu tháng năm
những lát gạch đường yên nằm
dường như có tiếng gọi thầm vang lên
người về mấy ngả lênh đênh
vòng xe nón đội buồn mênh mông buồn

nơi này chất chứa nhớ thương
người xa lạ còn vấn vương nữa là
dù sao ta cũng thịt da
liền trong thớ đất quê nhà này đây
nóc chùa vang danh tiếng này
thời gian mỗi lúc lợp dày uy nghi
những hạt mưa đang nói gì
người ngồi bó gối chiều đi bên ngoài
ngói âm dương nặng u hoài
nghìn xưa tiếp nối ngày mai trầm trầm

con đường buồn như dòng sông
nhà ai thả ngọn đèn rong mép hè
cây im lá ngóng tai nghe
tiếng mưa lênh láng so le giọng tình
bỗng dưng ta chợt gặp mình
khi xưa khi xửa rập rình chờ ai

hương mạ "ba trăng"

tháng Năm hương nắng đang nồng
mùa cấy mạ mới đầy đồng quê tôi
đất không còn được nghỉ ngơi
mũi cày theo dấu chân trâu qua rồi

răng bừa rẽ những đường ngôi
ruộng cao ruộng thấp tiếp bồi nước trong
khuôn mặt cũng là tấm lòng
làm gương soi bóng mây lồng trời xanh

vi vu gió hát loanh quanh
đời thoang thoảng tiếng mái tranh quay quần
người đứng hàng ngang khom lưng
căm từng cụm mạ thành từng đường xanh

mạ non thơm với phương danh
"ba trăng" một cõi đời dành tình thương
thấm nắng sớm, đêm ngấm sương
một chút gió bão ấm hương tháng mười

hạt lúa như thể biết cười
nhìn người giấu kín niềm vui trong lòng
con chim chiền chiện * bềnh bồng
treo mình giữa cõi thinh không nồng nàn

tôi đôi ba bận về làng
trong mùa cấy đứng mơ màng chuyện chi
hình như chẳng có chuyện gì
ngoài nghe ngọn mạ thầm thì lơ mơ

bây giờ và đến bao giờ
tôi còn trở lại bên bờ ruộng xưa?

* *chim chiền chiện = chim sơn ca*

mùa gặt

mẹ cha xưa không làm nông
ruộng vườn giao khoán mấy ông tá điền
nhà ngói sân gạch nối liền
cây cau cây mít hồn nhiên xanh rờn

đàn chột-dột cả trăm con
cùng bầy se-sẻ véo von cả ngày
rủ rê tôi thường về đây
thăm làng ấm áp tỏa đầy khói rơm

nhiều lần hưởng trọn hương thơm
ruộng đồng mùa gặt vàng bông lúa tròn
hôm nay vẫn tưởng như còn
phút giây vui sướng trong lòng của tôi

một ngày nắng mướt rượt trời
gió mơn mởn thổi trăm lời ca dao
bỏ giày ra mát làm sao
hai bàn chân đất thấp cao rộn ràng

tôi bước trên bờ ruộng vàng
nhánh lúa trĩu hạt mơ màng nghiêng nghiêng
mẹ thương dành mọi ưu tiên
cho tôi chạy nhảy hồn nhiên theo người

lòng vui miệng chúm chím cười
tay đưa hạt lúa lên môi vụng về
vỏ non chạm lưỡi tê tê
cái vị ngọt ngọt chưa hề nhấm qua

chỉ vài ông mà lắm bà
phơi lưng cúi gặt nhánh hoa diệu kỳ
theo theo sau những bước đi
chỉ như xê dịch từng li nhẹ nhàng
bù cào châu chấu nhảy càng
lên cả trên mặt chạm bàn tay tôi
nhiều con mập ú xanh tươi
mẹ chụp, ngắt cọng lúa xâu thành chùm

mẹ cho, tôi rất ngại ngùng
thấy thương thả chúng tứ tung trên đồng
tôi nghe như thể trong lòng
có câu nói khẽ cảm ơn mơ hồ

nắng lên chừng quá con sào
nghỉ ăn nửa buổi ào ào một hơi
bánh bèo chén, một món thôi
với lưng gáo nước chè hơi nồng nồng

lúa gặt cột thành bó tròn
bỏ trên bờ ruộng đã mòn lối đi
những cây đòn xóc tức thì
xuyên ngang kĩu kịt gánh đi lẹ làng
chưa kịp trưa chiều đã sang
tôi về cùng đám lúa vàng nguyên cây
góc sân gạch đám chim bay
chàng ràng như muốn góp tay cùng người

lúa thơm thơm nức tận trời
được mùa mẹ mỉm mỉm cười thật thương

Hội An

rêu tường xanh nuôi thời gian
sống thơm hương Phố, Hội An đời đời
con đất tôi được năm nôi
từ ngày mở mắt chào đời tịnh yên

ấu thơ tôi đã gắn liền
với hơi sông nước thần tiên tuyệt vời
dù chỉ hơn một tuổi đời
tôi theo thời thế tạm rời cõi thơ

rồi mười năm sau, bất ngờ
trở về thỉnh thoảng bên bờ sông xưa
ở đâu chẳng có nắng mưa
ở đâu chẳng có cây dừa cây cau

thế nhưng trôi nổi nơi đâu
trong tôi vẫn đẹp Chùa Cầu, Bến Sông
Chùa Cầu, chùa của đám đông
thập phương tứ xứ tang bồng tới thăm

chẳng cần giới thiệu dài dòng
Chùa Cầu như dấu ấn phong danh tình
dòng sông cũng chẳng riêng mình
chi tôi biết nhớ biết rình rập thăm

ghe đò, những chiếc lá nằm
lặng yên, thao thức phải lòng những ai ?
nhà nghiêng soi bóng lòng Hoài
trời xanh như thể choàng vai nhịp nhàng

những cây sào cắm mây ngàn
chỗ xanh chỗ trắng chứa chan ân tình
cái cầu ao chợt gập ghềnh
nghe như ai bước theo mình sau lưng
tôi đi từng bước lừng khừng
sợ dòng nắng lạc bước chân rối lòng
giữa trưa, ánh nắng xanh trong
quê tình có nhận ra không nụ tình

tôi vừa mới xếp lòng mình
làm ghe thả xuống dòng bình an trôi
sóng chao từng đợt bồi hồi
Hội An ơi, Hội An ời con đây...

qua sông Hàn

qua sông bằng cây cầu quay
về bằng cầu có rồng bay là là
Đà Nẵng quả thật phồn hoa
nhưng hình như chẳng xa hoa chút nào

chỉ là khoe dân trí cao
dù đa số đám cần lao vẫn nghèo
nước sông Hàn lúc trong veo
lúc lờ lờ những rác bèo loay hoay

dòng sông dài như cánh tay
cầu ngang mấy cái ngó mây nhìn đời
qua sông tự nhiên nhớ người
đu dây ngồi bọc treo đời sang sông

bớt vài vi vảy con rồng
em tôi nhiều chốn yên lòng tìm sư
học thêm ít chữ trị ngu
giảm nghèo khỏi phải viễn du trâu cày

thăm chợ Miếu Bông

tôi về thăm chợ Miếu Bông
vẻ phồn thịnh cũ chẳng còn như xưa
con đường trăn trở nắng mưa
rộng ra nên thấy dư thừa tôi chăng

xuống xe, đứng dựa cột đèn
nhớ ra bỏ thuốc ngàn trăng thu rồi
chờ mà chẳng đợi ai đâu
bọn đàn em cũ theo nhau bỏ làng

ngó quanh không gặp họ hàng
ngó quanh gặp mặt bạn hàng bán buôn
dửng dưng chẳng thấy chi buồn
nhưng nghe đâu đó tình thương tìm về

rúc vào chợ, đi chỉnh tề
cười cười, nói nói không hề lạ xa
bà con gần gũi đây mà
cái giọng nằng nặng chan hòa tình thân

mua xâu bánh ú lâng lâng
ngày xưa tháng cũ nằm gần đâu đây
nghe chừng còn ấm bàn tay
hòn bi ve mới tròn quay tiếng cười

chợ mai nắng hấp hơi người
và tôi chạm mặt cái tôi thuở nào

sông Hàn, sông ngát tình tôi

nắng trưa thắp chảo lửa hồng
thời gian đóng cứng một dòng nóng sôi
ghế bàn hâm hấp bốc hơi
nằm không yên chỗ, đứng ngồi không xong

bực mình vù xuống bờ sông
thuê cái ghế bố nằm trông lòng vòng
thấy trời An Hải Hà Thân
những sợi khói mỏng phiêu bồng tìm mây

hắt hiu vài cánh chim bay
mơ hồ nhịp thở lá cây Sơn Chà
ghe đò uể oải trườn qua
chuyến phà nặng nhọc thở ra ào ào

tôi nằm dưới gốc cây cao
dầm ai khua động sóng chao trong lòng
hồn tôi vừa thả trôi sông
chạy xuôi rồi lại chạy vòng lang bang

loanh quanh một cõi sông Hàn
bờ nghiêng cây ngóng người sang kẻ về
bên ni thương nhớ bên tê
bên tê bịn rịn ngó về bên ni

lắng nghe đời nói thầm thì
giòng sông bát ngát kiêu kỳ êm trôi
lòng thanh thản đựng bầu trời
thân cưu mang những tình người ngược xuôi

lá vừa lay chiếc lá rơi
bay ngang qua chỗ tôi ngồi xuống sông
lá cùng tôi được bềnh bồng
tưởng chừng phiêu lãng theo dòng miên man
ơi sông Hàn, ơi sông Hàn
lấy gì lưu giấc mơ màng hôm nay
mai sau trên bờ sông này
dễ gì ai biết tôi đây ngồi nhìn

khắc lên cây một nụ tình
dành riêng mai mốt chính mình về thăm
sông Hàn chẳng chỉ dòng sông
dòng tình tôi thở muôn năm bên đời

Chợ Vườn Hoa
Đà Nẵng

Chợ Vườn Hoa không nhiều hoa
chỉ vài *kiosque* bày ra mươi cành
vàng vàng đỏ đỏ xanh xanh
nằm chung thành một bức tranh hài hòa

Chợ Vườn Hoa bán lụa là
nón lá, giày guốc cùng tà áo thêu
vào thăm chẳng muốn ra về
dù đi lẩn quẩn chẳng hề mua chi

Chợ Vườn Hoa thật nhu mì
y như cô gái xuân thì mười lăm
công viên vốn là tiền thân
cho nên hồn chợ rất gần cỏ cây

lần đầu tôi ghé chợ này
vì ông anh rượt với cây roi dài
những lần sau chẳng vì ai
tự nhiên chân bước lai rai ghé vào

chẳng làm gì, chẳng tại sao
Chợ Vườn Hoa cứ như chào đón tôi
bây giờ ly biệt đôi nơi
ngôi chợ nghe nói đổi đời đã lâu

mây trời vẫn đội trên đầu
vị trí địa lý khác nhau thôi đành
ngó lên một góc trời xanh
hình dung tưởng tượng bức tranh năm nào

Chợ Vườn Hoa, chợ ca dao
và tôi từ đó làm thơ mở hàng

Đà Nẵng tuyệt vời của tôi

thương yêu bén rễ nẩy cành
mười bốn năm đủ trưởng thành hay chưa
những ngày những tháng năm xưa
thổi tôi lớn vội nhưng chưa trưởng thành

không còn là con nít ranh
mà là một cậu tóc xanh mắt ngời
mỗi năm học dẫn dắt tôi
khôn thêm một chút, hiểu đời nhiều hơn

những buồn vui, những giận hờn
đều là chất bổ trí khôn vào đời
cho dù vẫn cứ ham chơi
nhưng đâu vào đấy theo đời tôi trôi

hấp thụ hơi đất khí trời
của một thành phố tuyệt vời miền Trung
có đủ sông, núi, biển, rừng...
có thừa khí khái anh hùng, danh nhân

rừng vàng biển bạc ?, chắc không
nhưng giàu tình cảm, lương tâm con người
thành phố yêu quí của tôi
mang tên Đà Nẵng, nhiều người biết danh

nói thật lòng, chẳng loanh quanh
Đà Nẵng là một bức tranh tuyệt vời
bốn mươi chín năm lạc nguồn hơi
thành phố khôn lớn đầu đời vẫn nguyên

trong tôi những nét thần tiên
lề đường, lối tắt, mái hiên... sống hoài
vài ba nụ tình vắt vai
làm thơm thêm những nắng mai mưa chiều

Đà Nẵng chừ thay đổi nhiều
tôi đi chẳng lạc bao nhiêu ngả đường
mấy lần về ghé thăm trường
thời trung tiểu học thăm luôn chính mình

gió bay theo bước, rập rình
hình như chờ cắp hương tình tôi chăng
đời không còn thừa gió trăng
còn thơ mấy nụ xin nhen bếp tình

lung linh Đà Nẵng lung linh
có tôi chung bóng trong hình thân thương
mùi hương, đúng vậy mùi hương
núi sông thành phố vẫn thường trực tôi

(chuyến về thăm Đà Nẵng, 2015)

Sài Gòn, tôi vắt trên vai

Sài Gòn, ở Ngô Tùng Châu
hình như buổi sáng đến sau buổi chiều
cơn mưa mùa hạ ít nhiều
làm tôi cụt hứng thiu thiu nằm dài

Sài Gòn, ở đường Lê Lai
gió tha mùi nắng thơm ngoài hành lang
chập chờn theo giấc mơ màng
nghe như ai gọi chạm bàn chân đi

Sài Gòn, ở Võ Di Nguy
tiếng động Chợ Nhỏ nhiều khi giật mình
ngó mông đợi gót chân tình
váy bay phố sáng bóng hình tiểu thơ

Sài Gòn, ở đường Pasteur
một chiều xe chạy rẽ vào Chương Dương
sáng trưa chiều tìm người thương
chạy theo gió bụi lạc đường bướm ong

Sài Gòn, ở đường Gia Long
cây già trải bóng mát nằm trước dinh
gặp đôi mắt đẹp thình lình
ngó liền với nguýt giật mình giả lơ

Sài Gòn, ở đường Tự Do
hương lòng Đức Mẹ thơm tho vỉa hè
dòng sông óng mượt nằm nghe
tiếng chân lạng quạng e dè sau lưng

Sài Gòn, đường Hai Bà Trưng
chưa làm dân-biểu đã từng ba hoa
khu quan thuế bước nhẩn nha
ngóng chờ chợt gặp người ta sảng hồn

Sài Gòn, đường Lê Thánh Tôn
lội vào Sở thú lòng vòng tìm thơ
yêu em đã tự bao giờ
quanh năm thường trực dật dờ bâng khuâng

Sài Gòn, ở đường Duy Tân
em vào trường luật bần thần ngó ra
hai hàng cây đứng thướt tha
có tôi chính giữa xót xa đợi người

Sài Gòn, một khoảng đời tôi
quen chân quen mặt quen người tứ phương
trồng hạt nhớ tỉa hạt thương
tôi xanh từng nụ buồn buồn vui vui

Sài Gòn, tôi lớn thành người
chen vai thích cánh nói cười tự do
ra đi chẳng có hẹn hò
vẫn mơ làm cậu học trò năm xưa

Sài Gòn, nhiều nắng ít mưa
mà sao ướt sũng hương đưa trong lòng
núi sông đâu cũng núi sông
mà tôi chỉ một Sài Gòn vắt vai

tháng tư màu xám tro

tháng tư người, tháng tư đen
tháng tư tôi, phải thưa rằng, xám tro
từ ngàn dặm xa âu lo
ngóng về xót ruột giả đò tỉnh bơ

ngày trông mau qua hết giờ
đêm đợi từng phút từng giờ mau qua
vào sở lại muốn về nhà
về nhà muốn đến sở và chạy khan

tin quân Sài Gòn tan hàng
tin quân Hà Nội ngỡ ngàng tràn vô
cha, anh, chị... giờ ở mô
trong tầm đạn pháo hồ đồ vãi ra

nghe nói người sống với ma
nói cùng ngôn ngữ nhưng mà khác nhau
dù da vẫn vàng một màu
giữa hai làn đạn nỗi sầu Việt Nam

cha tôi thuộc lớp tuổi vàng
gác bút đóng sổ thanh nhàn đã lâu
chừ người chống gậy chạy đâu
giữa hoang phế với nỗi đau quê nhà

từ ngàn vạn dặm phương xa
nhớ quanh nghĩ quẩn... chỉ là nhớ thương
tháng tư người, tháng tư buồn
tháng tư tôi chỉ một nguồn xót xa

tôi đi biệt xứ biệt nhà
thập niên sáu chục vậy mà khó quên
con đường, cửa ngõ, bảng tên
quán hàng thân thuộc nằm bên tim mình

lâu rồi sao vẫn mới tinh
cái ngày phe ruột thịt mình đã thua
quê hương còn đó nắng mưa
riêng tôi mất sạch hương xưa quê nhà

mỗi năm chút buồn thoáng qua
tháng tư tôi vẫn mãi là xám tro

(tháng tư năm 1975)

về một tháng tư

vẫn còn đọng một tháng tư
nghe xa xót rụng trong tôi tin buồn
tháng tư thành một vết thương
ăn lan ra khỏi quê hương xa vời

buồn, vui từ những đổi đời
sống cùng lịch sử đời đời mai sau
người đi, mang theo cơn đau
lót đường vững bước qua cầu gian nan

tháng tư vẫn sống trong đầu
thân thương như một vết sầu trăm năm
quê nhà, người cũng nằm lòng
xin cho mưa nắng thong dong đất trời

tháng tư vẫn tháng tư thôi
bước thời gian của muôn đời tự nhiên

(tháng tư năm 2015)

tháng tư
Mississauga

như là cây lá tháng tư
từng phân da thịt trong tôi rộn ràng
vươn tay hít thở nhẹ nhàng
nghe trong lồng ngực nắng vàng chói chan

một đàn chim nhỏ bay ngang
chúng tôi nhìn lại họ hàng của nhau
tôi huýt sáo, chim nghiêng đầu
đậu trên cành biếc hót câu xuân tình

tháng tư lộng lẫy trở mình
thành vai cho đám nhân sinh gối đầu
câu thơ định viết đã lâu
cũng đành giữ lại mai sau, để dành

bây giờ vạt nắng mới xanh
ươm tình cho kịp ngày lành trổ hoa
tháng tư Mississauga
vừa đi vừa hát tôi là tôi xưa

tôi là tôi giữa hạt mưa
giữa chùm nắng ngọt đong đưa xanh cành
ngó đâu cũng gặp người lành
nhìn đâu cũng thấy em thành của tôi

tháng tư của cả mọi người

(Mississauga, Canada, 2004)

theo đời

từ Việt Nam qua Hoa Kỳ
du học xong, xách va li lên đường
tự chọn sống đời tha phương
lưu lại xứ lạnh tình thương ấm nồng

Montréal mấy mươi năm
định cư lập nghiệp thong dong một đời
không vì vật đổi sao dời
chuyển theo nhiệm sở chung trời, đất thay

Toronto tiếp tháng ngày
đời thường giản dị vừa cày vừa chơi
Mississauga dựng ngôi
nhà thơm tiếng hát đàn vui bạn bè

câu thơ ngày cũ kết bè
chở tôi về thuở cập kè thanh xuân
cuộc vui tuy chẳng tưng bừng
cũng đủ để sống vô cùng thênh thang

đời sắp chạm tuổi mạ vàng
xin rời nhiệm sở chuyển sang thanh nhàn
trở về lại chỗ mới sang
San Jose với hoa vàng trời xanh

phố vui khí hậu trong lành
có cô em gái đồng hành một bên
San Jose chắc sẽ bền
giữ tôi thanh thản thở trên đất tình

đi tìm hàng cây

con đường kiền kiền ngày xưa
dẫn mưa dẫn nắng đong đưa tùy ngày
đi về tôi với lá cây
chào nhau cười mỉm lòng đầy bình an

mỗi lần buồn tôi lang thang
có tiếng chim gọi hỏi han ân cần
nhiều lần gió thổi lâng lâng
nhìn lá run rẩy bâng khuâng trong lòng

từng năm qua nhẹ từng năm
tôi đi quên lững cây mong ngóng mình
bây giờ về nhớ tìm nhìn
hai hàng cây mất dạng hình về đâu

mặt đường cũng đã thay màu
dù bụi rác vẫn nằm sầu như xưa
tự nhiên tôi thấy tôi thừa
thiếu cây lá sáng hay trưa đều buồn

bước chân như thiếu yêu thương

tôi trong lòng
San Jose

đất trời tôi ngụ chốn này
gần gần đồng dạng tháng ngày lớn khôn
khi tôi ăn ở Sài Gòn
học chữ học sống trải lòng thế nhân

nắng như dải lụa trắng ngần
mưa ngắn như tắm nước trong từ trời
bốn mùa hít thở thảnh thơi
gió sà vào chỗ tôi ngồi xem thơ

chim bay ngang gởi lời chào
một ngày tốt đẹp hồng hào mới tinh
tiếng cười khởi từ bình minh
chạy đến khuya lắt lơ tình vẫn thơm

cuộc sống đâu chẳng áo cơm
đất này như thể giản đơn rất nhiều
người đi người đến dập dìu
thiếu vắng bóng dáng hẩm hiu đời thường

không hẳn thừa dư yêu thương
nhưng mà hạnh phúc luôn luôn mỉm cười
đất lành hội tụ niềm vui
thành phố tôi sống tình người ngát hương

người bản xứ dân tứ phương
hài hòa động điệu phố phường đơm hoa
biết rất thừa khi ngợi ca
nhưng tôi vẫn vẩn vơ và vẩn vơ

làm thơ rồi lại làm thơ
san jose chẳng khi nào ngớt vui
không cần phải mở môi cười
trời cao đất rộng và tôi chân tình

phần ba

gia đình

anh em cha mẹ ông bà
dòng máu ruột thịt đậm đà tổ tông

ba em

ba em là một ông già
tóc râu... xanh biếc làn da hồng hào

dáng người thanh cảnh cao cao
nụ cười ánh mắt chừng thao thức buồn

một đời người giàu bi thương
trôi theo thời thế nhiễu nhương nước nhà

nhưng dù lận đận bôn ba
lòng ba là cả mái nhà yên vui

mỗi khi ba ngồi rung đùi
ngâm thơ, em thấy như người trẻ ra

em trèo lên vế lân la
sờ cằm, vuốt má là ba mỉm cười

(viết năm 1959)

má em

tuy rằng không phải là hoa
hương má em đã làm ba vừa lòng
chúng em được hưởng hương thơm
từ hai người sống mặn nồng với nhau

má em như có phép mầu
đôi tay chạm đến những đâu sáng liền
nhưng người không phải là tiên
chỉ là bà mẹ dịu hiền thế thôi

với em, má nhất trên đời
mọi người đều có một người như em

(viết năm 1959)

tháng tư mẹ về

Mẹ về xứ Phật năm xưa
khi con thơ dại còn chưa hiểu đời
nỗi buồn ngấm mãi không nguôi
trở thành những sợi ngậm ngùi đong đưa

hôm nay không nắng không mưa
làm thơ giỗ Mẹ trong mùa Đản Sinh
trầm hương ngọn chữ hiển linh
nở bừng thương nhớ cung nghinh Mẹ hiền

lòng con bạch huệ bình yên
nhánh thơ như nhánh hoa nghiêng ảnh thờ
mắt Mẹ hẳn gặp câu thơ
chợt nghe giọng Mẹ mơ hồ đâu đây

một dòng hương khói thơm bay
con gặp lại đủ tháng ngày xa xưa
hôm nay không nắng không mưa
Mẹ cười Mẹ nói như chưa lìa đời

thật ra Mẹ vẫn nằm ngồi
trong con từng phút cả đời lâu nay

(kỷ niệm ngày giỗ Má - 15 tháng 4 âm lịch, 2015)

trăng mùa vu lan

bất ngờ gặp được mặt trăng
mọc ngay giữa phố bon chen, tuyệt vời !
nhìn trăng, mà chỉ thấy tôi
ngồi trên hông mẹ nói cười bi bô

mẹ bồng nách, bước vẩn vơ
ánh trăng nằm lót vàng tơ ngập đường
đêm rằm thoang thoảng mùi hương
từ hoa từ đất từ sương từ người

từ trong trái tim mẹ tôi
từ trong hai cánh tay người nâng niu
mơn man gió thổi hiu hiu
mắt như ríu lại thiu thiu nhưng mà

vàng trăng dần trải rộng ra
tôi đang bay giữa bao la cuộc đời
đêm vui dù mẹ không cười
tôi thì chưa biết buồn vui đâu à

lòng chừng có một nụ hoa
không tên để gọi, hay là thần tiên
giúi đầu vào vai mẹ hiền
tôi thơm lừng nỗi bình yên dịu dàng

đêm nay, lại gặp trăng vàng
mẹ yêu đã khuất non ngàn từ lâu
nhưng tôi vẫn tựa mái đầu
hương mẹ đang đọng bầu trời Vu Lan

hồng trắng hồng hồng hồng vàng...
trong tôi chỉ nở nhẹ nhàng hồng xanh
màu mắt mẹ tôi hiền lành
ngàn năm vẫn sống dỗ dành nâng tôi

đóa hoa tôi dành dâng người
là lòng tự trọng yêu người yêu ta

bài nhớ chị cả Giáo
và các cháu

cùng nằm trong bụng mẹ mình
chị là chị cả và xinh nhất nhà
chẳng lẽ khen chị là hoa
dù thật chị cả rất là hoa khôi

không hoa hậu của cuộc đời
mà là hoa rất tuyệt vời chúng em
chị lành trên cả dịu hiền
tươi vui cộng với hồn nhiên suốt đời

luôn luôn an nhàn thảnh thơi
tiểu thư rồi chuyển qua ngôi bà Hoàng
cốt cách một người giàu sang
trời ưu tiên một sắc nhan lạ lùng

nhẹ nhàng cởi mở bao dung
chúng em luôn tụ sau lưng chị hiền
bởi chị giống má y nguyên
một bản sao một chân truyền khó sai

chị vượt hơn má cái tài
sinh ra những đứa con ai cũng mừng
Định, Hòa, Quyền, Quí, Quế, Xuân...
em nhớ lộn xộn... nói chung tuyệt vời

Cung, Hòa... cưng quí anh Châu
Xuân, Thuấn... săn sóc em hơi nhiều nhiều
tất cả mấy cháu thương yêu
các ông cậu sống phiêu linh dài dài

cảm ơn mấy cháu lai rai
cảm ơn chị mới không sai chút nào
bây giờ chị ngự trên cao
nhớ thương chỉ ngóng nao nao bầu trời

ngàn trùng mà chẳng xa vời
bởi chị hiện diện như hồi chưa đi
em ở gần Xuân, mỗi khi
chạy qua chạy lại như khi chị còn

tóc em mây lợp chập chờn
dòng thơ nhớ chị nằm trong khói mờ

nhớ anh

gởi anh Lê Ngọc Hiển

ông nội quá vãng tám tư
thân phụ cũng đúng tám tư lìa đời
anh đã quá tám bốn rồi
vẫn vơ chợt nhớ bồi hồi lo lo

thương anh kín đáo giả đò
nhiều lúc buồn chán vẫn cho bình thường
cuộc sống anh thật khó lường
bàn tay tự mở con đường tiến thân

sớm rời nhà vào phong trần
mồ hôi thay lệ đẩy chân dần dà
thảnh thơi phú quí tà tà
mái nhà hạnh phúc chan hòa lạc quan

tai trời mệnh nước đa đoan
khó vùi anh xuống gian nan giờ nào
một đêm bạc triệu mưa rào
cũng thôi lặng lẽ thở phào nhẹ tênh

vespa xế hộp qua thềm
thong dong theo chiếc cũ mềm *honda*
người ta nuôi heo nuôi gà
anh nuôi chim hót nhẩn nha qua ngày

làm sao không có đắng cay
anh khuyên nhìn xuống mỗi ngày thấp hơn
chẳng hề có chút ba lơn
thực tâm nhắc nhở giản đơn nhẹ nhàng

ranh giới bi quan lạc quan
với anh đã thắng một hàng liền nhau
anh em xa nhau khá lâu
nghe anh sức khỏe đang tồi hơn xưa

buồn nhìn trời, tốt, không mưa
sao nghe trong mắt như thừa giọt chi

chị tôi,
kim anh - kiều liên

tên chị khởi đầu Kim Anh
do cha mẹ đặt khi thành hình con
chị hơn em những tám năm
biết nhiều về vạt đất nằm đầu tiên

bốn tháng ngày em có duyên
với Hội An đã lên Tiên Phước rồi
mẹ còn ẵm em rong chơi
vào tận Quảng Ngãi một thời nữa nghe

ngày đó chị chạy te te
theo mẹ thỉnh thoảng tay đè chân em
tứ phương nắng gió theo kèm
chúng ta từ tốn lớn lên ngon lành

chị bảo "đã chị còn anh"
mỗi khi em gọi đích danh ấy mà
vậy là tự ý nghĩ ra
Kiều Liên để đổi tên cha mẹ dùng

Kiều Liên được biết cả vùng
Tiên Châu Tiên Hội núi rừng bao la
bởi nhờ chị biết hát ca
diễn kịch linh động cho bà con xem

đội thiếu nhi chắc chị quên
nhưng mà em nhớ như in trong lòng
tháng ngày xóa lấp vết son
về thành chị gánh chồng con, trưởng thành

trở lại với tên Kim Anh
tình thương cha mẹ nằm khoanh trong lòng
khai sinh chữ mực có sờn
nhưng trong lòng chị thắm hồn mẹ cha

bây chừ em ở thật xa
lâu lâu nhớ gọi về nhà chị Anh
chị luôn vững mạnh tâm lành
làm chị cùng lúc làm anh tuyệt vời

cảm ơn các cháu của tôi
lo cho bà chị tôi cười thường xuyên

bài mừng sinh nhật anh

gởi anh Lê Ngọc Châu (thi sĩ Luân Hoán)

Lâm Hảo Dũng, Lâm Hảo Khôi
Nhật Tiến, Nhật Tuấn cùng chơi dài dài
Hoài Thanh, Hoài Chân... còn ai
anh em cũng đã lai rai bút vàng

hình như có cặp làng nhàng
thơ vô tội vạ tràn lan cõi người
điều này đúng với anh thôi
còn em thơ thẩn tùy hồi ở không

anh em tuy chẳng bất đồng
dẫu ít gặp mặt cảm thông vẫn đầy
chỉ cần ngó ngọn gió bay
đủ biết anh nhớ cỏ cây quê nhà

không cần phim ảnh nôm na
cũng biết anh đã trẻ già ra sao
mừng anh tuổi mới bài thơ
ngọn bút khựng lại thế nào hay chưa

(sinh nhật anh Châu, 10 tháng giêng, 2016)

chỗ ngồi

cho Lê Thị Châu

góp tay đắp một chỗ ngồi
đầu trần mũ phớt nón cời cùng vô
dạo qua, ngồi lại tình cờ
thấy nhau rất đỗi bất ngờ thật vui

chữ nghĩa mang nặng tiếng người
văn chương đầm ấm nụ cười làn hơi
bên người may mắn có tôi
bên tôi thân mật bóng người chung vai

mười lăm năm thật quá dài
mười lăm nữa lai rai hãy còn
gắng giữ mãi nắng hoàng hôn
cứ đi đừng tới trời còn rất xa

ruột thịt chân tình

gởi các em Hoàng, Hùng, Hưng

theo đúng tập tục ngày xưa
nếp nhà có chút dư thừa áo cơm
ruộng vườn thoang thoảng hương thơm
thân phụ đã ấp tay hơn vài tình

chúng ta những kẻ hậu sinh
tuy không cùng mẹ nhưng tình thiêng liêng
yêu thương ruột thịt gắn liền
anh mừng có những em hiền và ngoan

dẫu anh xa cách non ngàn
với cả một khoảng thời gian dài ngoằng
vẫn luôn giữ dưới ngọn đèn
bóng em từng đứa nhọc nhằn mưu sinh

cần cù nhẫn nại thông minh
các em vững chải hòa mình đời vui
đời không nhiều lắm niềm vui
nhưng không thiếu hụt nụ cười khoan dung

anh hãnh diện Hoàng Hùng Hưng
nên người trên đất nước lưng phơi trời
lý lịch xét đủ ba đời
kỹ sư trà uống ghế ngồi ngắm mây

miễn là không rảnh đôi tay
các em điềm đạm theo ngày tháng qua
mả mồ gốc tộc ông bà
các em từng đứa như là trưởng nam

thân phụ chắc đang hưởng nhàn
bù lại năm tháng gian nan thuở nào
khói hương thơm giấc chiêm bao
giỗ cha anh gởi lời chào các em

yêu em

cho Lê Thị Châu

thơ tình đẹp nhất của anh
vỏn vẹn hai chữ, hơn tranh ngàn vàng
yêu em lụa trải mấy hàng
trăng treo mấy ngọn, mấy ngàn cổ thi

hình như cũng chẳng thấm gì
cõi tình trong trái tim thi sĩ nồng

yêu em, hai chữ là xong
bài thơ tuyệt nhất triệu năm nay rồi
bài thơ bất tử đời đời
cô đọng hai chữ sáng ngời yêu em

bài thơ không cần phải xem
tự nhiên sống mãi trong tim mỗi người
yêu em yêu thiết tha đời
yêu chung thủy cả đất trời mênh mông

yêu em tưởng dễ, mà không
yêu em không khó khi tâm thật lòng
yêu em cùng đi cùng nằm
cùng hít cùng thở núi sông con người

yêu em vốn là yêu đời
giản dị như nói như cười thưa em

bài viết thay Châu

*gởi các em: Hường - Liêm, Phước - Dung, Mai - Nhân, Lộc -Lan,
Dũng - Huyền, Đức, Anh, Dương - Hà
và tất cả các cháu*

nhiều năm chân lún đất người
chị về đứng lặng ngậm ngùi ngắm em
những đứa em thuộc lòng tên
nhớ từng nét mặt như in trong đầu

mẹ cha thắm thiết yêu nhau
bắc trung kết hợp hoa đầu chị đây
thương yêu theo tháng liền ngày
chia đều nam nữ tám cây tươi màu

vào đời đã chịu thương đau
Đức luôn là đứa đứng đầu chị thương
đứa em không biết vui buồn
đứa em tồn tại mãi nguồn thơ ngây

Kim Anh, Mai, Hường mình đây
Thùy Dương thêm nụ hương bay đậm đà
Phước, Lộc, Dũng đủ hào hoa
có kỹ sư có tà tà thường dân

Kim Mai tháo vát chuyên cần
thay chị sòng phẳng nợ nần thế gian
trời cho các em dung nhan
đủ vun hạnh phúc đời miên man tình

nhìn các em nhớ chính mình
biết thừa hay thiếu thân tình cho nhau
đứng cửa trước nhìn cửa sau
khói cơm chiều chở về đâu thoáng buồn

thấm ý

gởi Thịnh - Marie Leger
và bốn cháu nội: Charles, Colin, Annabelle, Christopher

con và bốn cháu của ta
đẹp hơn cây lá cỏ hoa vườn ngoài
nắng xuyên vào cửa sổ soi
sáng từng khuôn mặt không sai chi mình

mỗi đứa có nét xinh xinh
hai dòng máu trộn thành hình tinh khôi
mũi mắt bắc mỹ tuyệt vời
đông phương còn đọng nụ cười thơm môi

cảm ơn tạo hóa tuyệt vời
nhìn con cháu thấm ý cười vu vơ

bài cho con út, Đạt

ba chỉ có hai người con
là hai nam tử sắt son đàng hoàng
mẹ cha chẳng may rẽ ngang
con là em út chắc mang buồn nhiều

vắng ba hẳn những buổi chiều
thằng bé bốn tuổi thiu thiu một mình
tình cảm sớm phải ghập ghình
cũng may học vấn thông minh danh thành

buồn riêng con đã để dành
đem cho cuộc sống ít lành lặn hơn
con làm thiện nguyện xa xăm
hang cùng ngõ hẻm viếng thăm chân tình

chưa đôi bạn lạc gia đình
con vui vì những ảnh hình thèm vui
nhớ con không khỏi ngậm ngùi
nói chi hơn bậm môi cười thở ra

quanh ba chợt ngập xót xa

Québec ngày ghé về

về thăm Québec chớm đông
xác lá còn đọng thành dòng dưới chân
dẫu không hẳn đã thuộc lòng
nhưng không dễ lạc những vòng cung xưa

dốc lên đường xuống lưa thưa
mưa trong tuyết bụi lạnh vừa so vai
phố im trong giấc mơ dài
người đi xe chạy khoan thai nhịp nhàng

ngỡ như hoạt cảnh thiên đàng
không bon chen không vội vàng, bình an
nét buồn trong dáng cao sang
tỏa từ những nóc nhà sang phố dài

ngọn cờ hoa huệ trang đài
thướt tha trong gió u hoài giọng ru
mây sương mưa tuyết mù mù
chợt mình như bậc chân tu giữa đời

trôi qua từng chặng bồi hồi
kỷ niệm trồng tự lâu rồi nẩy xanh
thò tay ra cửa vớt nhanh
những hình ảnh cũ chòng chành vấn vương

về thăm con cháu yêu thương
hạnh phúc gặp lại phố phường quen thân
phong trần không hẳn phong trần
bốn phương đi khắp giáp vòng thế gian

(Quebec, tháng 12-2011)

hạnh phúc bắt gặp

về Québec thăm cháu con
ngồi giữa hoa cỏ tươi non mùa hè
gió nói gì đó chưa nghe
đang chúc đời sống, nhắn nhe điều gì

cảm ơn vạn vật xuân thì
gia tăng hạnh phúc thần kỳ trong ta
bồng từng cháu ngỡ như là
nâng thỏi vàng óng ánh hoa thơm lừng

ta nghe tận đáy lòng rung
những dòng nhạc trỗi có chung một lời
đời vui nhờ biết yêu đời
bình tâm tự tại con người trẻ ra

ta còn nhờ cháu con ta
tiếp cho nguồn sống thiết tha tuyệt vời
ngồi im lắng tạ đất trời
gió bay trong nắng ngàn khơi vây hầu

tặng các con của Châu

gởi Hoàng - Thu, Duy - David, Phương - Jason, Tham - Katie, Minh, Anvi, Anam, và tất cả các cháu, các chắt

làm chồng của mẹ các con
bỗng thêm được bảy đứa con ngoan hiền
bốn trai ba gái ở riêng
gọi ta bằng bố hồn nhiên vô cùng

sắc nhan đều có nét chung
xinh xinh như mẹ trẻ trung yêu đời
gia thất đề huề cả rồi
công chức bác sĩ thành người thong dong

bất ngờ ta lên chức ông
cả ngoại lẫn cố khỏe không tuyệt vời
xin trích ra bớt niềm vui
mến tặng lại các con tôi món quà

bao dung cởi mở thiết tha
gần xa cùng một mái nhà thân thương
cha mẹ như bốn vách tường
các con là mái là rường cột chung

hạnh phúc nghe thật mông lung
nhưng sờ thấy được nếu cùng mến thân
xa không xa gần không gần
cha con hai chữ muôn phần thiêng liêng

ấu thơ

bất ngờ thấy ấu thơ tôi
qua bốn khuôn mặt giống tôi một thời
những cái môi mới tập cười
những đôi mắt biết hơi người lạ quen

tôi xưa mặt mũi sáng trăng
bụ bẫm, sổ sữa háu ăn thích cười
bây giờ bốn cháu nội tôi
có thật nhiều nét một thời tôi xưa

từ con sang cháu đong đưa
tình ca dao mẹ dẫu thưa thớt lời
ấu thơ của một kiếp đời
rõ ràng hiện diện trên người tiếp theo

lòng tôi vang những tiếng reo
thơm lừng ánh mắt trong veo tiếng cười
câu thơ nở những nụ ru
ấu thơ của cháu của tôi ngọt ngào

lòng võng ấu thời

gần như cả ấu thơ tôi
chỉ được vài tháng nằm nôi yên lành
bàn chân con thú chiến tranh
đá cho một phát bay nhanh lên rừng

đồi xanh cây lá chập chùng
tôi nằm giữa võng dây thừng đong đưa
sương mai liền với nắng trưa
mưa chiều hiên vắng gió lùa mênh mông

mẹ hiền quảy gánh long đong
chị Anh * bé bỏng chạy rông suốt ngày
khóc mệt rồi cũng ngủ say
thiếu vắng tiếng hát bàn tay ru hời

võng thưa gió chạm vào người
tôi được mụ dạy mỉm cười vu vơ
cuối ngày mẹ đọc ca dao
tôi cùng võng ngấm ngọt ngào yêu thương

bây giờ sắp hết đời thường
chợt thèm nằm võng tìm hương đầu đời
võng xưa ôm kín trong tôi
thong dong nhắm mắt yên ngồi đu đưa

(kỷ niệm thời ở Tiên Phước)

* chị Anh = chị ruột, Kim Anh

một chuyến giang hồ

đi xa một chuyến mấy ngày
trái tim đầu óc chân tay rạng ngời
như vừa tắm gội gió trời
hấp thụ hương đất nhiều nơi ghé vào

dù thân quen, mỗi khi nào
ghé thăm vẫn mãi ngọt ngào mới tinh
đất trời Mỹ quốc mông mênh
càng đi càng thấy phận mình nhỏ nhoi

lâu nay tuần tự đi hoài
dấu chân chân phủ kín bài lãng du
hành trang gọn một chữ vui
chân trời góc biển có tôi bên đời

vay em thêm ít ngọt bùi
là tôi yên trí làm người lạc quan
sáng trưa chiều tối thanh nhàn
lắng nghe trời đất đêm tàn nắng lên

hạnh phúc hơn nữa, có em
làm nữ cận vệ suốt đêm lẫn ngày
người xưa cỡi gió lướt mây
ta chừ xe chạy tàu bay vù vù

đi từ hạ chạm vào thu
áo em trắng nõn từ từ vàng tơ
ta vung tay viết câu thơ
yêu em đã tự thuở nào vẫn yêu

thắp tuổi

mừng sinh nhật thứ 57 của Lê Thị Châu

thắp thêm một ngọn nến này
nhưng em vẫn ở tuổi ngày hôm qua
xuân xanh vẫn đọng thơm da
hương tình vẫn ngát thở ra hít vào

môi cười, miệng nói xôn xao
răng ngà óng ánh ngọt ngào rượu ngon
chẳng cần hồng phấn màu son
vẫn tươi như đóa sen tròn tinh khôi

em đi em đứng em ngồi
bao nhiêu động tác như hồi thanh xuân
câu thơ xưng tụng, chúc mừng
bỗng thành vụng dại, lừng khừng mất thôi

nến hồng tôi đốt hong trời
khói xanh khói trắng theo đời cao bay
thổi đi em ngọn nến này
để còn đi tiếp những ngày hôm sau

niềm vui là điểm khởi đầu
chúc em cười nói bên nhau suốt đời

(15/01/2010)

cho sinh nhật 2016

sinh nhật Lê Hân, 2/2/2016

thắp lên ngọn nến tuổi vàng
ngồi soi bóng trải dặm ngàn đã qua
tạ đời chưa nặng phong ba
bềnh bồng vừa đủ thiết tha yêu người

ấu thơ xanh với núi đồi
thị thành bén gót vào đời học sinh
tháng ngày tươi đẹp thanh bình
lớn khôn thế giới ấm tình năm châu

từng nghe nói đến biển dâu
may chỉ gặp được trước sau ngọt ngào
lớn bằng sữa mẹ ca dao
đời không phơi phới vẫn hồng hào luôn

năm nay trời đất dễ thương
đủ mưa vừa nắng tôi luôn nhẹ nhàng
thắp lên thêm ngọn nến vàng
mừng quanh thế giới có mang hơi mình

quà lễ nhân tình
tặng Lê Thị Châu

em xưa ở bên kia sông
ngày qua Trường Nữ ngang dòng nước trôi
đứng trên đò em ngắm trời
thấy mây rớt vướng nón ngời nắng mai

phủ trắng hai vạt áo dài
phủ bao la ở trong ngoài vóc em
ngậm quai nón ngó mông mênh
bờ sông Hàn rộng chênh vênh bóng người

hàng cây ghế đá reo vui
chờ em cập bến mỉm cười làm duyên
khuôn mặt em hiền thật hiền
háy đôi mắt liếc bất nghiêm đứng chờ

đâu hay em đọng trong thơ
vô ngôn vô tự vẩn vơ đến chừ

hoa tình nhân

tặng Lê Thị Châu

khá lâu lười viết thơ tình
bởi luôn khắng khít hai mình với nhau
chung chăn chung gối cụng đầu
thương yêu thắm thiết hơi đâu vẽ trò

thơ tình thật sự thơm tho
khi còn thậm thụt giả đò lửng lơ
bấy giờ thơ mới ra thơ
của thương của nhớ của chờ đợi mong

bây giờ lòng đã trong lòng
lâu lâu hâm nóng cũng không hại gì
valentine ý nghĩa chi?
nếu như giải thích có khi hồ đồ

năm nay tặng em bài thơ
cùng hoa hồng nở trong tờ giấy hoa
em đài trang vẫn mượt mà
khác gì hoa của ngàn hoa hương nồng

trang thơ
Lê Thị Châu

chờ

thứ hai em mặc áo xanh
tóc dài buông thả bên vành nón thơ
lòng em tràn ngập ước mơ
tim em rạo rực mong chờ anh sang

chuông reo!... chẳng muốn xếp hàng...

nhắc nhở

anh ơi, em nhắc anh này
thương nhau giữ kín kẻo thầy mẹ la
đưa em về đến cửa nhà
cầm tay cũng cấm, huống là hôn em

nhưng... mai mình đi lễ đêm...

theo chân
những đoạn thơ Lê Thị Châu

1.

chuông reo không chịu xếp hàng
thôi thì, đứng đó... mơ màng đi nghe
coi chừng gió thổi so le
hai tà áo biếc không che được tình

chờ làm chi, để bực mình...

2.

cầm tay, bị cấm, đúng rồi
hôn nhau chớ bộ hút hơi, ngại gì
em cứ vờ như mọi khi
quay mặt, nhắm mắt, tức thì là xong

đâu ai thấy được má hồng

thư tình

cái hôm em viết thư tình
em nhờ vũ trụ giúp mình một tay
gió liền kết hợp cùng mây
gởi mưa xuống tận hướng này cho em
mặt trời suy nghĩ qua đêm
sáng ra đồng ý gởi em nắng vàng

trăng cho em nửa vòng (bán nguyệt)
với ngàn sao óng ánh tuyệt vời
em gói nắng vàng trong vòng bán nguyệt
giọt mưa buồn em trộn với ngàn sao
đan tơ lòng vào thư em gởi
vũ trụ hôm nay làm chứng tình em

cổng trường

cổng trường em, chỗ anh chờ
cỏ không mọc được, đá mờ vết chân
me xanh, phượng đỏ trong sân
dường như cũng biết mỗi lần anh qua

cổng trường anh, chỗ em mơ
ngày đầu anh tặng bài thơ tỏ tình
thơ thương nhớ, chuyện chúng mình
chuyện quê hương, chuyện thanh bình... tương lai

cổng trường em, cổng trường anh
nay là kỷ niệm xin dành tha nhân

3.

thư tình em viết dễ thương
hóa ra vũ trụ thập phương giúp giùm
có mưa có nắng đi cùng
có mây có gió đứng chung cõi tình

lòng em chỉ việc làm thinh
mà mở trăm sợi trói tình với thơ
em không giản dị chút nào
yêu là tự nhốt nhau vào với nhau

4.

cổng trường em học lâu nay
cỏ không mọc được vì giày của anh
nôn nao gì đi loanh quanh
lỡ bụi đất níu áo xanh người nào

cổng trường anh học ngày nào
gót guốc em có ai đào đất chôn
bình tâm mà vẫn hết hồn
khi gặp đôi mắt anh còn nơi xa

cổng trường của hai chúng ta
bây giờ cũng vậy hay là khác xưa?
nắng giống nắng? mưa giống mưa?
không đâu, khác đấy... ngày xưa, bây giờ

em làm thơ, anh làm thơ
đàn em chưa hẳn vần vơ như mình

em áo trắng

đi qua trường Nữ mỗi ngày
bước chân bối rối, sách đầy tình thơ
mắt muốn nhìn, mắt ngó lơ
nhịp tim như thể trống cờ vinh danh

trăm cô con gái áo xanh
có cô áo trắng nhìn anh mỉm cười

tình anh...

em tóc ngắn, *demi-garçon*
tình như phủ kín đường cầu Vồng
ngày mai anh sẽ đi qua sớm
em có chờ, như anh đã mong???

vì em...

ngày cuối tuần ra sân đá bóng
cứ quen chân đi đoạn đường xa
đoạn gần cách một đường mương
đoạn xa qua cổng sân trường có em

Lê Thị Châu

5.

mỗi ngày đi qua trường em
lòng anh cảm thấy chênh vênh thế nào
mặt nhìn thẳng, mắt liếc vào
chân bước run rẩy thấp cao bất thường
trong muôn ngàn vạn mùi hương
vẫn nhận ra được mùi thương nhớ mình
và đôi mắt ướt xinh xinh
bất thần liệng cái hữu tình trúng vai

6.

tóc em *demi-garçon*
trông thật bướng bỉnh, nhưng không đâu à
em là cô gái nết na
đi, hai tay đánh đòn xa dịu dàng
ngồi, hai gót khép nghiêm trang
chỉ có cặp mắt mơ màng xa xa
anh đi sơ ý vấp qua
thành ra lẩn thẩn về nhà làm thơ

7.

từ sân trường đến sân banh
nhà em ở giữa đâm thành cầu phao
vì em, chẳng rõ khi nào
anh thành vô địch nhảy rào, vượt mương
đoạn đường bỗng hết bình thường
thành con đường của yêu thương bao giờ

Lê Hân

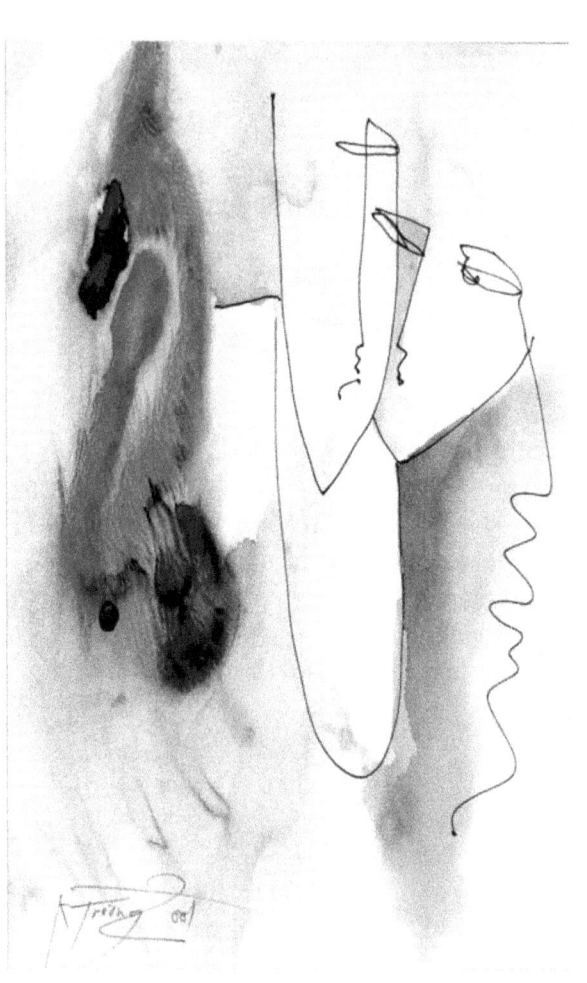

phần bốn

thầy, cô, bè bạn

tình người xã hội hòa đồng
lý tưởng sở thích nối vòng tay thơm

ngồi quán
Ngọc Anh

thời làm dân Phan Châu Trinh
thỉnh thoảng đặt tổng hành dinh nơi này
năm ba thằng bạn góp tay
vừa đủ chỗ ngó bụi bay ngoài đường
nước chanh muối đã đủ hương
thơm thời sách vở dễ thương vô cùng

tháng ngày dồn dập sau lưng
đẩy nhau đi biệt tứ tung phương trời
hôm nay một mình ghé ngồi
ghế xưa đã đổi người xưa không còn
quậy ly trà đá bồn chồn
ngó quanh thoáng gặp thời son sắc mình

quán thay đổi theo văn minh
trang trí khung cảnh hữu tình hơn xưa
vào ngày không nắng không mưa
hiu hiu dìu dịu chưa trưa đã chiều
tôi ngồi nghĩ nhớ thật nhiều
mà sao như thể bao nhiêu chẳng vừa

bài cho
ngày 2 tháng 2

tặng Nguyễn Tài Ngọc
(sinh cùng ngày, cùng tháng với Lê Hân)

ít khi mừng sinh nhật mình
năm ngoái hứng viết linh tinh mấy dòng
năm nay định lơ cho xong
nhớ thằng bạn quí sinh trong ngày này

luôn tiện chúc nó, cũng hay
mươi câu lục bát để thay gói quà
còn mình chưa khác hôm qua
còn trẻ khỏi phải bánh hoa làm gì

nhà rộng vắng tiếng thầm thì
cầm *guitar* búng tiếng chì bắt chơi
chào mừng sinh nhật của người
chào mừng sinh nhật của tôi cùng về

hôm nay tại San Jose
tiệm hoa chắc lắm tóc thề đang mua
tiệm bánh lắm gót sớm trưa
vào ra chọn lựa sẽ đưa tận nhà

lâu ngày chơi lại *guitar*
tiếng đàn như thuở mười ba ngọt ngào
nắng thơm như nụ hoa đào
mùa xuân còn đậu cửa vào nhà tôi

xin mời uống nước thấm môi
ăn bánh sinh nhật cuộc đời bình an

bài tặng
anh chị luật sư Hùng & Hằng

một đời mặc áo choàng đen
nghĩa từ công lý ngọn đèn trong tim
anh sống cần kiệm thanh liêm
có vầng trăng sáng an nhiên theo kèm

hạnh phúc từng ngày nhân lên
thương yêu bảo bọc vững bền tình nhau
đổi đời đời đổi đến đâu
vịn thêm âm nhạc qua cầu như không

giọng ca ngọt bởi tấm lòng
anh mê hoặc được số đông đồng tình
chẳng cần phải gắng gồng mình
CD mấy dĩa đệ trình thế gian

từ tha thiết đến nồng nàn
anh thành ca sĩ của nàng chung chăn
chị Hằng không phải là trăng
cũng không là nguyệt mà men đá vàng

ông luật sư rước được nàng
một phần nhờ giọng ca tràn tình yêu
một phần chắc biết nuông chiều
chị Hằng, ánh nguyệt trăng dìu dặt xanh

cuộc tình tuyệt vời

*gởi anh chị Đoàn Phế, nhân dịp kỷ niệm 45 năm ngày cưới,
7 tháng 7 năm 2012*

bốn mươi lăm năm ở bên tình
tinh khôi mới rợi giữa mình với ta
em vẫn nguyên vẹn đóa hoa
và ta cánh bướm thiết tha nhẹ nhàng

yêu nhau đâu ngại thời gian
càng giàu năm tháng càng tràn thương yêu
anh chị chẳng nói chi nhiều
chỉ nhìn nhau, có bấy nhiêu thôi mà

tôi nghe dằng dặc tiếng ca
hạnh phúc đôi lứa chan hòa chung quanh
muốn làm thơ chúc phúc lành
thơ đâu sánh được tình thành mênh mông

ngôn từ dù có trổ bông
không thể bằng được đôi lòng biết yêu
cho nhau trân trọng nâng niu
cuộc tình cuộc sống bấy nhiêu tuyệt vời

chúc anh chị nuôi giữ hơi
năm sau sau nữa dài đời phu thê

đất lành chim đậu

gởi tất cả các anh chị trong nhóm
Chu Văn An & Trưng Vương và thân hữu,
sinh sống tại Toronto, Canada

gác bút rửa tay từ ngày
mỹ du du học loay hoay bù đầu
đổi vùng đất sống đã lâu
hồn thơ ngủ thiếp thật sâu trong lòng

nghề tay phải chưa thong dong
bỗng nhiên một bữa ngồi không vẽ tình
chắc chắn không dễ thành hình
nếu không bè bạn rủ mình vui chơi

bạn Chu Văn An một thời
bạn Trưng Vương ghé mắt mời sinh hư
vậy là trở lại y như
thời Tuổi Xanh của thuở tôi bắt đầu

"Tình Thơm Mấy Nhánh"* về đâu
tạ ơn bè bạn nối cầu thơ bay
về vườn tạm thời chia tay
nhớ nhau còn chút chữ lay lắt tình

viết tặng bạn là tặng mình
tôi và quí bạn như hình ảnh chung
tình yêu chỉ có nhớ nhung
tình bạn nhớ thật lung tung bất ngờ

* *tập thơ "Tình Thơm Mấy Nhánh" của Lê Hân*
ra mắt tại Toronto năm 2003

bài tặng
Tạ Quốc Quang

tôi ông là hai ông em
của hai ông khá lem nhem bụi đời
không xem văn thơ là chơi
mà sống thứ thiệt đến hơi cuối cùng

ông từng là dân hải quân
du học Mỹ quốc lẫy lừng xưa kia
bây giờ bỗng giỏi làm bìa
dù dân chuyên nghiệp còn khuya sánh bằng

tôi thì cũng chẳng lăng xăng
đã chơi chơi hết khả năng của mình
chúng ta cùng có cái tình
yêu sách một cách nghiêm minh vô cùng

đã lâu chưa dịp ngồi chung
cà phê bia rượu lừng khừng cho vui
gặp hứng khệnh khạng vài lời
thăm và chúc phúc ông chơi vậy mà

một đời đủ đôi

*30 năm kỷ niệm lễ cưới của Nguyễn Văn Diên,
bạn Trung học Phan Chu Trinh Đà Nẵng*

ngày giờ không thấy có chân
mà cõng năm tháng đằng vân quá tài
ngọn tóc ở hai mé tai
soi gương mỗi bữa màu phai lúc nào ?

hồi hôm nằm gặp chiêm bao
thấy cậu mười bảy vịn rào nhà ai
bóng cây chiều nắng ngã dài
cái lưng áo tím lượn ngoài hàng hiên

cả hai đôi mắt cùng nghiêng
để rồi đời buộc thành duyên vợ chồng
theo nhau vượt núi băng sông
lúc cười lúc khóc một lòng thủy chung

không lấp biển chẳng xẻ rừng
chỉ viên hạnh phúc thành từng nụ hoa
giọng chim hót dưới mái nhà
mỗi ngày một ấm hóa ra mình già

mới vừa như bữa hôm qua
cái đêm hoa chúc đã xa ngàn trùng
ba mươi năm..., còn nữa...không cùng
cái tình, cái nghĩa vẫn cùng của nhau

cắt từng lát bánh nhiệm mầu
mừng người hạnh phúc đủ đôi một đời

tặng nhóm bạn golf Montreal

tặng Bé - Qúy, Thực - Hoài, Hòa - Tâm, Tuấn - Phương, Thanh - Hà, Thanh - Loan, Huỳnh - Anh, Hương, Hiệp, Trọng - Thảo, Ánh, Hưng, Huấn - Camille, Khá - Nga, Đài, Định - Thư ... và các bạn cũ ở Montreal: Hưng - Thủy, Việt - Vân ...

đứng đi trên thảm cỏ xanh
đồi người khoét lỗ bày thành trò chơi
vốn dành cho kẻ thảnh thơi
vung gậy đánh trái bóng rơi lỗ tròn

không gian thoang thoảng hương thơm
trí óc tỉnh táo sạch trơn lo buồn
tôi tập chơi rồi ghiền luôn
một phần được các bạn thương yêu mình

cuối tuần ngày lễ lênh đênh
tôi ôm mấy gậy chênh vênh đồi hồng
đi xa khi trở về thăm
lại *phone* mấy bạn bềnh bồng theo banh

tặng nhóm bạn golf
San Jose

*tặng Cần - Hương, Giang - Cẩm Thành, Độ - Thúy,
Lung - Đào, Danh, Thanh, Vinh, Đạt, Hùng, Hiếu, Phong,
Toàn ...*

quả *golf* tròn trĩnh trắng non
không giống quả trứng của con chim nào
li ti nhiều mặt lõm vào
giống như những giọt mưa rào điểm duyên

nằm trên cỏ mượt trang nghiêm
tưởng như ai bỏ quên viên ngọc trần
hay là một nhúm bạch vân
xuống chơi thành nụ bông gòn dễ thương

quả *golf* không tỏa mùi hương
nhưng ngấm da thịt người thường nâng niu
đặc rỗng khác nhau ít nhiều
ở điểm giá cả người tiêu dùng cần

lõm thường được quí chuộng hơn
vỏ chịu sức nén vốn ngon lành nhiều
tầm đi độ xoáy phiêu diêu
bay nhanh mà vẫn dập dìu thảnh thơi

đã vào bóng là đang chơi
chuyên nghiệp tài tử tuyệt vời như nhau
đường bóng trái chuối xoáy đầu
dấu bóng mở vết lõm sâu thần kỳ

sống đời ai chẳng cu li
nhàn nhã giải trí đôi khi rất cần
dù không quý tộc đại nhân
chọn chơi *golf* để dưỡng thân tâm mình

tôi đánh chưa quá tài tình
nhưng cũng vừa đủ em xinh mỉm cười
trái *golf* tròn trĩnh kia ơi
em, ta bay giữa chân trời cỏ xanh

tặng nhóm bạn golf Toronto

*tặng Thừa, Quang, Tony, Nhiên, Nam, Nguyên,
Đạt, Khôi, Chính, Lương, Quốc, Phát ...*

đến đây ở lại lâu ngày
đất mới chẳng để đôi tay phải buồn
không quên mang theo đấu trường
18 lỗ biếc khiêm nhường về đây

khi trình diện sân chơi này
đã được anh chị tiếp tay vẽ rồng
gậy tôi múa giữa thinh không
bóng bay bóng lượn bềnh bồng gió đưa

nhiều lúc thắng lắm lúc thua
chúng ta thành bạn tranh đua mỗi tuần
rồi không bỗng dưng, tôi ngừng
rời văn phòng cho cái lưng nhẹ nhàng

cuộc đời đến chặng sang trang
cuộc chơi cũng phải dời sang Hoa Kỳ
ghé thăm chẳng để nói chi
kéo nhau vung gậy nhâm nhi nụ cười

đời không còn nhiều niềm vui
điền viên tùy thuở tùy người hưởng riêng
mong chúc các bạn bình yên
lâu lâu tìm gặp nhau liền tay chơi

tặng các bạn
tại San Jose

*tặng Thuần, Loan, Anh - Giao, Tường - Nguyên, Hùng - Rạng,
Giang - Thành, Cần - Hương, Phước - Nhã, Đạt - Nga, Cường -
Loan, Hữu - Mai, Lương - Mary, Cường - Anh, Để - Hoàng,
Châu - Jim, Hưởng - Tony, Thu - Al, Huệ - Mike, Quốc - John,
Huê - Y Lan, Lý - Trang, Bình - Trực, Tuyết Anh, Nhiệm - Nga,
Hải - Trinh, Hoàng - Mai, Nhơn - Đức, Hồng - Hậu, Sơn - Mụi,
Đài - Tuyết, Lượng - Lợi, Lương - Phong, Nghề - Liên, Hằng,
Đức - Liên, Cường - Loan, Mạnh Chi - Hóa, Như Hoa, ...*

bạn ta vốn toàn người lành
nữ thanh nam tú luôn dành hạng cao
Lương, Minh, Hữu, Để, Anh-Giao
Nghĩa, Châu, Dung, Bích... tay nào cũng oai

Hùng, Cần, Cường, Giang... anh tài
thành công trong cuộc sống dài khó khăn
vốn không cần phải bon chen
mỗi cá nhân giữ thăng bằng cuộc chơi

chúng ta hãnh diện làm người
biết yêu thương biết ngậm ngùi lạc quan
kể cả đám bạn rời hàng
Tín, Hùng... vẫn rất vô vàn quí nhau

xa trường xa lớp đã lâu
vẫn nuôi tình bạn bền lâu trong lòng
nhớ nhớ viết đùa mấy dòng
chúc tất cả khỏe đời trong veo hoài

gởi các em
trong "lớp học tình thương"
tại Mũi Né

các em lớp học tình thương
đang chơi hay học vui buồn ra sao
mấy em đã thuộc ca dao
nhớ câu tục ngữ đồng bào từng ca

trừ cộng nhân chia chắc là
tính nhanh hơn bữa hôm qua rất nhiều
việt sử thuộc được bao nhiêu
địa lý thích những vùng siêu đẹp nào

sóng biển hôm nay đập vào
bãi cát có gọi ai chào đón không
các em vẫn giữ trong lòng
tình yêu đất nước mênh mông chớ gì

trưa rồi thôi gắng học đi
ta thăm từng đứa nhu mì dễ thương
một lớp cũng là mái trường
giữ chữ giữ nghĩa bình thường nhớ nghe

bài cảm tạ ân nhân "lớp tình thương"

gởi nhạc sĩ Đăng Khánh, Hùng - Hằng, Đăng Ngọc, Phế - Quí, Giới - Bình Minh, Phán - Nga, Thảo - Đoan Anh, Quí - Lê, Danh, H.B. Quân, Thuần, Phiên, Dũng, Khoa, D.M. Linh, Ngọc - Loan, L. H. Mạnh, Kim Mai, Tường Lam, Thu Hoa, Bôi - Hường, M.H. Hoài Linh Phương, Thiên Lý, Khánh Trân, ...

thay mặt lớp học tình thương
trang trọng gởi đến đồng hương bạn bè
lời con sóng vỗ tôi nghe
các em đang giữ bóng tre hương đồng

bằng cách gắng lót vào lòng
những bài học của tuổi hồng học sinh
làm văn làm toán thuyết trình
chuyên cần kề cận thông minh đua tài

các em vươn tới tương lai
từ lòng thương mến ghé vai của đời
thông qua những tấm lòng người
thiết tha quyết giữ nụ cười trẻ thơ

biết phải tạ ơn thế nào
xin thay các cháu kính chào bà con
chúc người ăn ngủ thật ngon
thỉnh thoảng mơ thấy cháu con mái trường

nhân bản nhân ái luôn luôn
nhớ về Mũi Né quê hương xa vời

bài đón
Giáng Sinh 2015

tưởng niệm cha Henri Forest
và gởi đến tất cả các bạn trong Cư Xá Đắc Lộ
thập niên 60

thân sinh tôi học trường dòng
đến tôi nội trú bên lòng mấy Cha
dù chỉ một năm chóng qua
tâm tôi đọng mãi vị tha Chúa Trời

mỗi năm là một đổi dời
bao nhiêu thay đổi trong đời áo cơm
sống lành nhờ những hương thơm
đạo đức được dạy khi còn thanh xuân

ân sủng là quà vô cùng
mỗi người được nhận lộc chung từ trời
tôi không cầu nguyện bằng lời
mà bằng cung kính cả đời hiền lương

chẳng phải dễ biết yêu thương
nếu không được có những buồn vui riêng
xin được một phút lặng yên
để mừng Chúa đã ưu tiên thương người

vẽ
Đỗ Huỳnh Đăng Ngọc
(đang cư ngụ tại Đà Nẵng)

design, vi tính đều tinh
thiết kế trang *web* tài tình đẹp sang
tuổi đời ở lứa đầu hàng
thanh xuân phơi phới dung nhan đậm đà

là trai đất Bắc đào hoa
đẹp duyên đời với nết na Tam Kỳ
gia tài chưa có nhiều chi
một bé gái nhỏ phương phi hồng hào

quen cháu không phải qua thơ
qua dòng nhạc gói lòng vào cuộc chơi
trang mạng chú thêm tuyệt vời
nhờ cháu góp sức thêm vui tươi nhiều

nhớ ngày gặp cháu sắp chiều
đi trong ánh nắng hắt hiu vàng vàng
mến thân không đợi tay quàng
thân thương như thể bạn vàng quí nhau

chúc mừng
nhân ảnh tân văn

gởi Trần Việt Hải, Đào Đức Nhuận, Lý Tổng Tôn, Lưu Anh Tuấn, Trần Mạnh Chi, Nguyễn Quang - Minh Đức Hoài Trinh, ...
và các bạn văn nghệ: Lại Thị Mơ, Hoàng Thị Ngọc Thúy, Phan Anh Dũng, Trương Duy Cường, Mạc Phương Đình, Nguyễn Đông Giang, M.H. Hoài Linh Phương, Điệp Mỹ Linh, Thiên Lý, Khánh Trân, Nguyễn Nam An, Nguyễn Quý Đại ...

từ ngữ tiếng Việt của chung
xử dụng là cách nhớ nhung cội nguồn
Nhân Ảnh góp tay khiêm nhường
in ấn phổ biến văn chương cầm chừng

các bạn chọn tên nhóm chung
cho Nhân Ảnh sát lưng cùng Tân Văn
đề huề Nhân Ảnh Tân Văn
với Trần Việt Hải thắp đèn thường xuyên

văn thơ âm nhạc gắn liền
sinh hoạt tích cực hồn nhiên yêu đời
được quen quen mến gởi lời
chúc mừng văn nhóm niềm vui hòa đồng

nhân còn ảnh văn mãi tân.

bài chúc bác sĩ

gởi dịch giả Lâm Hoàng Mạnh
(đang cư ngụ tại Anh Quốc)

chưa gặp mặt chưa bắt tay
anh em thân thiết qua dây điện đàm
anh đang hưu trí hưởng nhàn
ống nghe ống chích hoàn toàn nghỉ ngơi

rảnh tay chuyển ngữ sách người
mong kho văn Việt sáng tươi thêm màu
tôi phụ anh gởi kê đầu
những người ham đọc thêm giàu thú vui

đọc sách là cách tập cười
là để hoàn thiện con người lạc quan
chúc anh vui thời bình an
nghỉ hưu chưa chịu hưởng nhàn vẫn vui

một thời mơ
Hồng Đức

ngồi bên trường Phan Châu Trinh
nhớ qua Hồng Đức giật mình vẩn vơ
khi không cảm thấy dật dờ
mấy dòng chữ bỗng thành thơ bồng bềnh

gió đường Thống Nhất lênh đênh
trăm tà áo trải mây lên nền trời
bây giờ em đã ra chơi
hay ngồi mở cặp ra mời bạn xem

bài thơ ai viết tặng em
copy nguyên cả trái tim tôi rồi
em xem có đoán ra tôi
em xem có biết đến người làm thơ?

không chừng em cũng đang mơ
hỏi thầm ai ở trong thơ, giống mình
em xinh, quả thật rất xinh
em tình, đúng mực cái tình...nết na

con đường ngã bốn, ngã ba
em đi lưng lụa lượt là tự nhiên
ai ai cũng có đủ quyền
theo em đợi lúm đồng tiền trổ hoa

yêu em phải biết ngợi ca
cổng trường, cửa lớp hóa ra bạn bè
yêu em phải biết lắng nghe
từng hạt bụi thở cập kè bên em

gió bay trong nắng lênh đênh
tôi theo nắng gió tìm em tỏ tình
chỉ từ cổng Phan Châu Trinh
lướt qua Hồng Đức sao hình như xa

ngày qua... tháng kéo năm qua
cô em Hồng Đức vẫn xa ngàn trùng
may còn sót chút nhớ nhung
đọng trong đáy chữ chưa từng thành thơ

ra mắt San Jose

dời nhà qua San José
nghĩa là tôi lại trở về nơi xưa
với ngày vừa nắng đủ mưa
với lòng phơi phới như vừa biết yêu

tôi dường như hơi làm kiêu
nhưng chưa quên tấm vải điều phủ gương
gặp người dung dị thì thương
gặp kẻ cao ngạo, cảm thương quay đầu

San José đất nhiệm mầu
đồng bào tôi sống với nhau đề huề
có tranh luận, có khen chê
nhưng rồi đâu đó cận kề bên nhau

tôi chưa già, chưa nuôi râu
thảnh thơi thử viết mươi câu tạ tình
biết đâu gặp người xinh xinh
tôi xin kính tặng làm tin thay quà

đâu cần chi sống chung nhà
thương nhau vì chúng ta là Việt Nam

thời trung học tôi

lều chõng lặng lẽ cáo chung
đèn sách tiếp tục ung dung với đời
con người có được mấy thời
tiểu trung đại học gắng tôi luyện mình

cả ba giai đoạn đều tình
nhưng thời trung học ảnh hình giàu hơn
phải chăng mơ mộng chập chờn
biết vơ vẩn nhớ giận hờn vu vơ

nhất là biết tập làm thơ
yêu em áo trắng mê tờ giấy hoa
nụ tình thành những bài ca
mỗi ngày mỗi lớn thiết tha yêu đời

thời trung học của riêng tôi
góc cạnh nào cũng tuyệt vời tinh khôi
tạ ơn chữ nghĩa tình người
tôi thành tôi có nụ cười lạc quan

dạy kèm

*tặng Quỳnh, Nhơn, Mỹ, Kỳ Nam, Na, Trang,
Hường, Diệu, Minh-Châu, Phượng*

lững thững tập làm gia sư
học trò một đám tiểu thư dịu dàng
Quỳnh, Nhơn, Na, Hường, Diệu, Trang,
Minh-Châu, Phượng, Mỹ, Kỳ Nam... hiền hòa

mỗi em ngan ngát mùi hoa
ngỡ gõ đầu trẻ hóa ra nâng vàng
toán, lý hóa thật khô khan
không nhớ ta giảng lan man những gì

phương trình quỹ tích chi chi
các em chăm chỉ luyện thi ân cần
dạy các em ta phân thân
hình như cũng có đôi lần vu vơ

các em học ta làm thơ
những cây bút cùng khù khờ như nhau
bây giờ mấy chục năm sau
thầy trò cũng đã bạc đầu thời gian

xin tặng những đóa dung nhan
mỗi người một đóa hoàng lan thơm này
kỷ niệm nhẹ như gió bay
mà nặng thân thiết từ ngày thân thương

thơ tặng cô thầy thời trung học Phan Châu Trinh, Đà Nẵng

thầy hiệu trưởng Nguyễn Đăng Ngọc

với tài khiển tướng điều binh
thầy là nguyên soái chân tình ung dung
mái trường không phải hoàng cung
chỉ là tổ ấm vô cùng thân thương

thả chúng em bay bốn phương
buồn vui thầy với bóng trường muôn năm
nắng mưa thao thức thăng trầm
tình thầy trò vẫn ấm tâm mỗi người

thầy Phạm Hữu Khánh

không chuông mõ, không tiếng kinh
chỉ có ông bụt chân tình vun cây
tiếng lòng từ những ngón tay
đổ ra trang giấy thành mây thành hồ

ngọn gió nổi vạt nắng chao
đường gân nghệ thuật nao nao tình người
ghế bàn rạng rỡ tiếng cười
sắc màu pha trộn niềm vui thành hình

đường chân trời chợt lung linh
bóng người họa sĩ rót tình chăm cây

cô Phan Thanh Gia Lai

giữa rừng nắn lá nâng cây
quả xanh còn đượm dấu tay vun trồng
trong từng bài học công dân
còn thơm hơi thở dáng hồng nghiêm trang

bài học đạo đức nhẹ nhàng
ngỡ dễ mà khó trên đường mưu sinh
ngắm lời khuyên dạy chân tình
đi gần đến cuối đời mình còn ngơ

cô Đặng Thị Liệu

gió ngoài hiên lớp thì thầm
dường như có tiếng chim trầm bổng ngân
nắng chiều đang bước ngoài sân
bỗng nhiên như quíu đôi chân lắng chờ

giọng giảng bài như ngâm thơ
bay quanh lớp học trong giờ Pháp văn
chợt hiền lành như vầng trăng
chợt nghiêm nghị đủ khuyên răn, nhắc chừng

một đời cô nặng lo, mừng
cho từng em vững bước cùng tương lai

cô Hoàng Thị Mộng Liên

yêu cây, cỏ, yêu lá, hoa
yêu dòng suối hát thướt tha đầu nguồn
yêu mái nắng, yêu cảnh sương
yêu chùm mưa múa trên đường sáng trăng

yêu cục đất, giọt nước phèn...
thiên nhiên cù rủ người chen lại gần
vạn vật ăm ắp tâm chân
người mang về giữ chia, phân cho đời

cỏ hoa mây gió và người
nghìn năm sáng mãi nụ cười thiên nhiên

thầy Bùi Tấn

bề ngoài nghiêm khắc khô khan
sống cùng con số, đạo hàm quanh năm
một đời đôi mắt trầm ngâm
thương đều cả những đứa chăm, đứa lười

ít khi được thấy thầy cười
nhưng nghe rất rõ niềm vui của thầy
cuốn sách thầy soạn còn đây
đại số, hình học, tháng ngày thân thương

thầy Trần Hữu Duận

cây tre ngất ngưởng đầu làng
ai bứng về để chăm đàn tuổi xanh
nghiêm trang đi với hiền lành
ông đờ gôn đứng ngắm loanh quanh trường

tay buông thõng, mắt cười suông
hành lang tà áo nắng vươn tiếng đùa
sân trường ấm nhịp chân khua
lòng xanh bờ giậu giữ thừa hồn nhiên

ông quản dữ quả thật hiền
cây tre ngất ngưởng bóng nghiêng mát trường

thầy Hoàng Bích Sơn

với thân thể bạc bụi đường
người về lặng lẽ giữa trường lớp xanh
ươm từng hạt ngọc âm thanh
cho nguồn tuổi trẻ long lanh bóng đời

giờ thầy vừa học vừa chơi
"lên tay múa ngón" thảnh thơi nói cười
ra đời mới thấm niềm vui
nhờ âm nhạc giúp cuộc đời hân hoan

thầy Tôn Thất Lan

hương từ những áng thơ hay
trốn vào nốt nhạc rồi bay phiêu bồng
non sông trong những tấm lòng
mở ra mấy cõi tình hồng mông mênh

đất trời chợt nhớ chợt quên
trả lại màu nắng cho em hong người
và tôi *ghé lại bên đời*
gọi đàn, ngồi bén rễ nơi hẹn hò

bài ca là những con đò
mời người qua bến nhỏ to với tình

* *chữ nghiêng tên tác phẩm của thầy*

thầy Nguyễn Ngọc Thanh

từ trừ cộng đến nhân chia
đạo hàm quỹ tích...râu ria cuộc đời

ngó qua như một cuộc chơi
khô khan máy móc không lời, không hương

bàn tay người quả dị thường
tròn vo đi giáp một đường vòng cung
ở đâu là cõi vô cùng?
năm châu bốn biển nằm chung với tình

không dưng chợt thấy bóng hình
ông thầy trừng mắt ngó mình làm thơ

bây giờ thầy đã hư vô
về nơi hư ảo còn thao thức gì
thỉnh thoảng nghe tiếng thầm thì
lúc nhìn chữ số nhớ khi thầy còn

thầy Lê Quang Mai

trông thầy còn rất bảnh trai
tóc đen môi đỏ chưa phai nét cười
đôi mắt lấp lánh niềm vui
cái cằm râu chửa tới lui bao giờ

vẫn nguyên khuôn mặt ngày nào
đứng trên bục giảng thao thao nhiệt tình
dẫu em lý hóa xinh xinh
bỏ thầy lạc bước lưu linh nơi nào

thầy Trần Văn Đáo

với dáng phong nhã hào hoa
ông thầy nghiêm nghị thật ra dễ dàng
cùng môn sử địa miên man
chuyện người chuyện nước luận bàn nghe chung

từng trang quốc sắc anh hùng
thầy mời sống lại qua từng lời hoa
từng thước đất ụ đất nhà
núi rừng sông biển như là tứ chi

phận người nợ của nam nhi
thấy ra cặn kẽ đường đi trong đời

cô Nguyễn Thị Kim Thành

cô đổi về dạy pháp văn
trường như thêm đóa hoa sen đầu mùa
lời cô giảng như gió đùa
giọng đầm bên xứ tây vừa mới qua

đầy nghiêm nghị nhưng hiền hòa
lớp học ấm áp như nhà tình thân
đứa lười đứa nghịch dần dần
mến cô tự nguyện chuyên cần hẳn ra

một năm nhẹ nhàng trôi qua
cô chợt thuyên chuyển đi xa mất rồi
và rồi mọi chuyện theo đời
cô an cư giữa phố người phồn hoa

hình như vui với ngâm nga
cô viết cô đọc thiết tha yêu đời
thơ cô có nhắc lại hồi
đứng lớp nghe gió ngoài trời đang bay?

tưởng niệm bạn trung học đi khỏi cuộc sống

Quỳnh Cư

không những đẹp nết, đẹp người
đẹp luôn cả những nụ cười hữu duyên
má không cần lúm đồng tiền
mùi hương vẫn dậy trên miền sáp ong

đứng gần mà vẫn cứ mong
hay là thơ đã phải lòng mỹ nhân
riêng tôi, lạ quá, bần thần
y như uống rượu lâng lâng buồn buồn

Quách Ẩn

bạn đầu quân tự lúc nào ?
hy sinh từ mặt trận nào Ẩn ơi
nhớ không kỷ niệm một thời
bảng đen, phấn trắng, sân chơi, hiên trường

chúng chân chất, chúng dễ thương
bạn sao đành bụng "bỏ trường mà đi" ?
gió vu vơ gió thầm thì
cuộc đời sau trước chung qui vẫn là...

Diêu Đức Châu

gặp người chẳng lẽ nhìn suông
châm chọc vài tiếng như tuồng thói quen
thiếu thời có khiếu nói năng
giờ ra trường Luật ai bằng được đâu ?
cớ sao tóc trắng xóa đầu
có chăng hệ lụy những câu bông đùa ?
mấy mươi năm vẫn như xưa
cái duyên dí dỏm bạn vừa đãi tôi

Lê Hữu Đức

sống khôn, thì thác hẳn linh
dù bạn vì nước hy sinh tình cờ
vẽ thế nào, bạn trong thơ ?
cái tâm bạn sáng, giấc mơ bình thường

bạn bè ăm ắp mến thương
đời chưa biết đến cái buồn ra sao
bi da, bóng đá thuở nào...
bỗng nhiên bỏ hết đi vào cõi không

Hoàng Phúc

khởi từ cây đàn *guitar*
bạn thành một gã du ca tuyệt vời
xưa kia bạn học cùng tôi
sau này thành bạn anh tôi một thời

thương yêu, trân qúi cuộc đời
vì sao vội bỏ chỗ ngồi thiền, đi
nhớ bạn chẳng biết viết gì
vài câu thơ vụng âm ti có tường ?

Nguyễn Văn Hưng

học giỏi thân thiện dễ thương
là hạnh kiểm bạn đến trường ngày xưa
lo học nhưng chơi chẳng thua
nhiều khi bạn đã làm vua nói cười

bạn du học trước cả tôi
ở xứ chuột túi tình người ra sao
"cuộc đời như giấc chiêm bao"
câu này ai nói nghe nao nao buồn

biết tin bạn vừa đi luôn
chắp tay tôi lặng niệm hương nhìn trời
Hưng ơi xa thật sự rồi
mừng bạn hoàn tất cuộc chơi nhẹ nhàng

Trần Ngọc Toàn

chúa xuân thân mật mỉm cười
ngày tết sắp sửa thăm người thế gian
sao vội thế Trần Ngọc Toàn
không chờ thêm một tuổi vàng hãy đi

dẫu rằng chẳng để làm chi
vốn sống quá đủ ích chi cò kè
dễ gì trời gọi không nghe
vầng trăng đành biệt ngọn tre quê nhà

nghe tin buồn từ hôm qua
đến nay còn thấy ngà ngà quay quay
ngồi im đốt nén hương bay
lời cầu nguyện tiễn về mây ngàn trùng

Toàn ơi, bạn vốn ung dung
tôi tin chừ cũng vô cùng thảnh thơi
ra đi bạn chấm dứt rồi
nhưng người ở lại nhiều đời nhớ thương

bạn không buồn mà tôi buồn
buồn tôi buồn bạn buồn luôn cuộc đời
lòng tôi chỉ bấy nhiêu thôi
bạn đi tôi lại đứng ngồi bâng khuâng

nụ cười tặng bạn chung lớp

Phạm Thị An & Nguyễn Vạn Hồng

gươm không lạc giữa rừng hoa
hoa đài các mọc tà tà rừng gươm
đa phần nữ chọn văn chương
chị chọn toán học mở đường tương lai

cũng nhờ chị chọn không sai
chúng tôi một lớp con trai thơm lừng
hương mơ mộng hương nhớ nhung
chắc lắm anh đã lung tung lạc đường

cuối cùng chị chọn văn chương
để nâng khăn áo một phương chung đời
tôi là cậu em một thời
mừng được đưa đón ghé chơi khi về

chia vui anh chị đề huề
cho nhau hạnh phúc đam mê bình thường
tình yêu luôn có mùi hương
thơm từ các cháu dễ thương ra đời

Trần Thị Diệp & Chung Tử Bửu

cả lớp có người chị xinh
hiền lành khiêm tốn thông minh dịu dàng
vẻ đi dáng đứng đài trang
nên rồi có một bạn vàng Không Quân

vì non nước rớt giữa rừng
lao tù gian khổ, cuối cùng vẫn qua
Cali có thêm nóc gia
vang thêm tiếng nói đậm đà Việt Nam

Nguyễn Thị Tố Nga

có vết sước nào mà chẳng đau
dẫu dòng kỷ niệm bạc màu thời gian
người xưa như cái kén vàng
đi về dưới bóng hai hàng cây xanh

bút nghiên gác lại, danh thành
thưa em dược sĩ có dành thuốc cho
vàng son của thuở học trò
sống cùng ngôn ngữ vòng vo chân tình

Lương Thị Khiêm Trinh

em hơn chị trong cuộc đời
sau ngày đất nước đổi dời, ra đi
mọc rễ trên đất Cali
mấy mươi năm đã uy nghi cửa nhà

mê chồng bấm máy tà tà
để cho nhân ảnh thành hoa trưng bày
hẳn nhiên sẽ có một ngày
nhớ đến trường cũ với bầy bạn xưa

Đinh Văn Cho

là ông trưởng lớp đàng hoàng
bạn như anh lớn chăm đàn em đông

nhiều đứa như ngựa bềnh bồng
nhiều đứa như sáo trên đồng ruộng xanh

chỉ có tôi đứa hiền lành
quí bạn như một ông anh trong nhà
bạn vui cũng từng ghé qua
chào ba tôi giống như cha đỡ đầu

chúng ta thật sự mến nhau
anh em bạn hữu chẳng câu nệ gì
bây giờ xa cách nhiều khi
nhớ bạn đến cả bộ đi điệu ngồi

nhớ vu vơ để thầm cười
tôi không lẫn chỉ như người khó quên

Phạm Vũ Thịnh

hai đứa như cặp bài trùng
đi chơi đi học vẫn cùng sát vai
đánh cờ tướng luyện ôn bài
một thời trung học đủ dài tình thân

bạn du học xứ phù tang
muốn lượm kiến thức tôi sang hoa kỳ
cách xa nhưng có dễ gì
quên tướng sĩ tượng quên ly chanh đường

từ toán học mê văn chương
cả hai súng sính khiêm nhường thơ văn
tôi thơ thẩn cùng gió trăng
bạn viết, chuyển ngữ tay quen nhà nghề

hai thằng sống ở hai quê
nhớ chung một gốc hướng về Việt Nam

cây cau cây mít cây bàng
chúng ta góp sức ươm sang đất lành

**Lê Mạnh Trùy, Nguyễn Phùng Duyên
Nguyễn Đức Thống**

nhớ thời tiểu học trường nam
ngồi chung một lớp khác bàn vẫn vui
ba thằng ăn nắng đen thui
nhưng sáng nhất lớp nhờ cười thường xuyên

tinh nghịch nhất ai hơn Duyên
Thống, Trùy lụt lịt chẳng hiền lành chi
tôi thì ở thế du di
cả chơi lẫn học tùy nghi mỗi ngày

và rồi ba đứa nắm tay
Phan Châu Trinh gọi có ngay ghế ngồi
thong dong thư thả ra đời
mỗi thằng ngự một góc trời bình an

Nhật Bản, Mỹ Quốc, Việt Nam
ở đâu vẫn chỉ da vàng cội xưa
thân thể cùng giàu nắng mưa
ba thằng cộng lại quá thừa lạc quan

mừng chúng ta vẫn thanh nhàn

Nguyễn Doãn Kim

bây giờ thân hơn ngày xưa
thời còn ngày nắng ngày mưa chung trường
hình như đi không cùng đường
áo dài tà lụa đôi phương khác chiều

bây giờ tóc muối pha tiêu
cả hai cùng phố dập dìu dáng hoa
San Jose có chúng ta
như là thêm bướm đào hoa phố tình

chạy qua chạy lại nhắc mình
thanh xuân không ở thân hình chúng ta
lạc quan thanh thản mới là
phơi phới nhịp sống chan hòa cỏ cây

mừng bạn cùng ta mỗi ngày
thở cùng vạn vật cỏ cây an nhàn

Lê Hữu Liêm

sinh ra cùng một đầu ông
con bác con chú hết lòng với nhau
bắn bi, trốn bắt, đá cầu...
cùng vào Đắc Lộ bù đầu bút nghiên

ta đi Mỹ, em hữu duyên
thành ông trạng luật rất hiền rất ngoan
giờ qua Mỹ sống an nhàn
con ngoan vợ đảm mơ màng nữa chăng?

Trần Cảnh An

ba mươi tám năm, quá dài
làm sao nhớ nổi đôi vai bạn hiền
đôi vai bạn dành ưu tiên
cho bằng hữu vịn chẳng phiền hà chi

bây giờ bè bạn ít đi?
vẫn cõi Đà Nẵng ở lì hay sao?

biết hôm nao, còn hôm nào
cho ta gặp lại thân chào như xưa ?

Đặng Công Bằng

đời cho bao nỗi nhọc nhằn
biết chừ đã đặng công bằng hay chưa ?
không giàu nhưng vẫn dư thừa
cái tình bằng hữu xa xưa chân thành

ta đi lẩn quẩn loanh quanh
chợt về vẫn được bạn dành bàn tay
nắm lâu cho đủ nhớ ngày
cùng chung trường lớp cô thầy thân thương

Bùi Văn Đào

mừng bạn bây giờ để râu
trông như hai nét mực Tàu phẩy xuôi
ngậm môi mà vẫn như cười
mắt vẫn ngong ngóng dáng người thuở xưa

cái thời thỉnh thoảng "cúp cua"
đi nhồi bóng rổ từ trưa sang chiều
cái thời...đẹp biết bao nhiêu
mấy mươi năm vẫn như chiều hôm qua

tôi chừ đang ở quá xa
nhớ Đà Nẵng nhớ bạn già chợt vui
uống đi bạn, nhớ rung đùi
cho đám cây cảnh quanh người vui theo

thân tình tôi, bạn không nghèo
bao nhiêu kỷ niệm vẫn reo trong lòng...

Nguyễn Đề

hiền huynh họ Nguyễn tên Đề
Nguyễn dòng Nguyễn Huệ ? và Đề...Thám chăng ?
giỡn cho vui, chứ ai bằng
bạn hiền chừ đã hưởng quen an nhàn

sáng lên bộ cánh đàng hoàng
đi quanh quẩn thở nắng vàng Cali
chiều 'tơ nít' dợt, chờ khi
ra quân lé mắt nữ nhi xứ người

Đinh Văn Hòa

sát vai trên một ghế ngồi
bạn mê thơ của anh tôi, nhưng mà
vẫn chưa kịp phát hiện ra
tôi đây cũng rất tà tà thơ văn

sau hơn ba chục mùa trăng
gặp đôi mắt cũ chẳng bằng ngày xưa
ngậm ngùi quả cũng bằng thừa
mừng bạn tình vẫn đón đưa chung tình

Lê Văn Kim

tôi qua tuốt Canada
bạn đi lập nghiệp phương xa: Sài gòn
Đà Nẵng giờ biết có còn
những nam sinh có tâm hồn, chúng ta

nói gì thì cũng đã xa
xa mà không cách, chẳng qua không gần

nhớ năm tôi ghé về thăm
bạn hú bè bạn đến cầm tay nhau

khi vui đầu cụng cái đầu
giữ tình bè bạn thật sâu trong lòng
cái thời tan học chạy rông
rồi lòng vòng xuống bờ sông mới vừa...

cảm ơn bạn báo: sang mùa
hóng giùm ngọn gió đang đùa trong cây...

Nguyễn Văn Kim

cùng với An còn có Kim
vẫn giữ Đà Nẵng trong tim đến giờ
chỉ vì có bóng tiểu thơ ?
hay vì một lẽ tình cờ nào chăng ?

mặt trời mọc rồi mặt trăng
luân phiên thay đổi vẫn quen đất nhà
chưa đi đã ngại cách xa
một ngày mấy bận bạn ra ngóng trời ?

Võ Thiệu

có bà con với Võ Tòng ?
với thân tráng kiện với lòng thẳng ngay
ngày xưa qúi bạn, trọng thầy
chừ thong dong với tháng ngày hồn nhiên

bạn bè vẫn được ưu tiên
trong vai khách quí chẳng riêng kẻ nào
sống vui như thể thở phào
một hơi trà nóng ngọt ngào vô ưu

viết chung
tặng tất cả bạn trung học cũ

gởi các chị: Trúc, Q. Chi, Phong, L. T. Thu, Ty, Liên Tâm, Hạnh, Huế, Loan, Lộc, Phượng, P. T. Thu, Yên, Hoa, Lan, Trâm, Lan, Yến, Mỹ, Kỳ, Nguyệt, Huyền, Mận, K. Cần ...
các bạn trai: Quý, Hựu, Thủy, Cơ, T. Liên, Phố, Cẩm, Chẩn, Hưng, Sổ, Lạc, Cường, Long, Chính, Xin, Hùng, Thương, Hòa, Thanh, Tro, Triết, Trận, Tiệp, Phú, Khóa, Sơn, Chiêu, Phóng, H.H. Châu, Ngộ, Thành, Thức, Sơn ...

cùng chung một lớp một trường
cuối cùng bay khắp bốn phương tung hoành
bạn tôi ai cũng danh thành
dù khác đôi chút mong manh phận người

điểm danh tôi xưng tên tôi
và gọi tên bạn từng người thân thương
không cần trí nhớ phi thường
tôi vẫn nhớ đủ mặt vuông mặt dài

nhớ cả cánh tay bả vai
nụ cười tiếng nói khoan thai, vội vàng
trời sinh ra tấm dung nhan
mỗi người một vẻ đàng hoàng như nhau

kiến thức tạo thêm sắc màu
nhân cách giữ vững chiều sâu tâm hồn
bạn tôi toàn loại vàng ròng
bởi ai cũng giữ giàu lòng thương yêu

khen nhiều bạn dễ tự kiêu
ba hoa đại khái bấy nhiêu đủ rồi
bè bạn thân quí ta ơi
mừng chúc tất cả thảnh thơi an nhàn

phần năm

văn nghệ sĩ

**tinh hoa dân tộc nằm trong
thơ văn khắc họa cùng dòng âm thanh**

Ghi Chú:

*tất cả những chữ nghiêng trong phần thơ này
là tên bài hát hoặc tên sách của tác giả đang nhắc đến*

tình sách

thú vui trong lúc tuổi vàng
như thời đèn sách nhẹ nhàng đơn sơ
nhớ ngày còn ở ấu thơ
ngắt lá làm giấy vẩn vơ vẽ bùa

chữ tập viết như con cua
đi ngang nằm ngược thiếu thừa nét than
lá mềm than cứng, dung nhan
chữ viết đã vụng ngó càng xấu hơn

a, b, i, tờ... cùng tròn
chạy vào trí óc tôi còn rộng rinh
chẳng ngẫu nhiên không thình lình
tôi sớm đọc được - thông minh cách gì !-

thời tản cư đâu có gì
sách cũ anh chị mốc xì hết trơn
vậy mà lấp được cô đơn
tháng ngày ngó nắng đợi mong cả nhà

anh chị đi học trường xa
mẹ dì buôn bán bôn ba bên đời
giữ nhà tập đọc cho vui
bỗng mê trang Giáo Khoa Thư nhiều hình

bây giờ mái ấm hữu tình
vợ vào công việc còn mình thảnh thơi
ngồi không bày ra cuộc chơi
gom góp những trang giấy rời thành chung

từng tác phẩm có hình dung
là một cuốn sách vui mừng cách chi
ham làm quả thật có khi
quên ăn quên cả cần đi ra ngoài

đứng tên xuất bản* cũng oai
thật tình chơi chỉ lai rai với tình
dành cho chữ nghĩa cho mình
cả đời sách vở trắng tinh tấm lòng

nhà xuất bản Nhân Ảnh
do Lê Hân & Luân Hoán chủ trương

từ một câu thơ

tặng thi sĩ Luân Hoán
với thi tập "Em Từ Lục Bát Bước Ra" của Luân Hoán
do Nhân Ảnh xuất bản năm 2006

câu thơ giản dị thật thà
"em từ lục bát bước ra" * nhẹ nhàng
đâu ngờ tiếng guốc thật vang
nhiều người đồng điệu thêm hàng thêm câu

cái hồn ca dao thật sâu
cái tình lục bát thấm lâu lòng người
tôi may mắn viết mua vui
đâu ngờ được lắm nụ cười điểm trang

tất cả thanh khiết dịu dàng
với em yểu điệu nồng nàn thi ca
lắm tình ý thật ba hoa
lắm hình ảnh đẹp thiết tha yêu đời

cả trăm bài được nối lời
có cả tác phẩm của người anh trai
dài dòng văn tự hẳn hoi
nhưng mà mướt rượt cái nòi tình chung

nhớ lúc tôi gọi lung tung
mấy ông thi sĩ ngồi cùng thật vui
ai còn thấy hứng tiếp lời
"em từ lục bát..." dạo chơi cõi người

* *"Em Từ Lúc Bát Bước Ra" cũng là tên của một*
bài thơ trong thi tập "Tình Thơm Mấy Nhánh"
của Lê Hân xuất bản năm 2003

bài tặng họa sĩ
Khánh Trường

anh thành danh nhiều bộ môn
thơ văn hội họa và còn nhiều hơn
khen anh dễ thành ba lơn
xin tóm hai chữ rất ngon đủ rồi

ngon tình ngon những cuộc chơi
tạp chí tuyển tập tới nơi tuyệt vời
dĩ nhiên ngay giữa cuộc người
bệnh gì cũng phải rút lui nhẹ nhàng

làm thơ làm tình làm tàng
ngất ngưởng thứ bậc đàng hoàng luôn luôn
nhưng mà tôi biết anh buồn
bởi vì anh rất mến thương cuộc đời

chuyện này suy bởi bụng tôi
gởi anh vài nụ thơ cười giải khuây
bụi nào rồi cũng gió bay
cái tình ở lại đất này bao lâu

nhờ anh vẽ nhiều sắc màu
chưng chơi thay một nguyện cầu chung chung

bài tặng nhà thơ Thành Tôn

nhận xét không hẳn riêng tôi:
anh đặt thư viện trong người của anh
chắc khởi từ việc phát hành
An Tiêm, Lá Bối từng dành ưu tiên

nhà thơ nặng suy tưởng riêng
nghiêm túc điềm đạm hồn nhiên hòa đồng
xuất thân từ những nhành bông
rau lang rau muống mặn nồng tình quê

khó nghe được tiếng chửi thề
trên môi ngôn ngữ dồn về yêu thương
là một nhà thơ quê hương
nét nhân bản lộng lẫy ươm xanh dòng

chín năm tù ngục khi không
chỉ vì cái tội núi sông giữ gìn
ra trại vẫn vững niềm tin
quốc gia nhân ái làm nên con người

mừng anh nhàn lạc cuối đời
cà phê đọc sách vui chơi bạn bè
tôi thỉnh thoảng ghé anh nghe
tiếng cười một kẻ bên kề thời gian

bài tặng nhà văn
Song Thao

từng ngồi cả ngày chờ anh
anh hẹn không tới tôi đành làm thơ
lừng khừng những câu vu vơ
nói gì không biết bây giờ đã quên

vui vui chừ nối lời thêm
để cho quen biết anh em thêm dài
sách anh tôi lo in hoài
bởi anh chẳng viết lai rai bao giờ

mỗi tuần đều đặn vun cao
ngọn phiếm ngất ngưởng thấm vào nhân sinh
chuyện nhỏ nhỏ bỗng tài tình
thành vấn đề lớn nghiêm minh nồng nàn

thăm anh, hẹn gặp sẽ bàn
chuyện đi đây đó hưởng nhàn một phen
đi chơi chẳng thú nào bằng
thú này anh đã chân quen quá rồi

dĩ nhiên cũng chỉ một thời

ngợi ca hạnh phúc
tặng anh chị thi sĩ Thái Tú Hạp - Ái Cầm

kể từ *"em bỏ đời theo
thơ"* (1) anh chỉ một hướng gieo bước tình
lấy câu "hương lửa ba sinh"
gối đầu để trái tim mình chính tâm

lọc tình tinh khiết trắng trong
em ngâm thân tắm hương thơm bay lừng
ba ngàn thế giới niệm chung
một câu sinh tử nguyện cùng có nhau

từ anh quân phục theo hầu
lưng ong thắt dải yếm màu chính chuyên
giữ nguyên đôi mắt có duyên
cái miệng thích nói hồn nhiên tươi cười

lòng em cho hết một người
biết làm thơ tặng đất trời mông mênh
chẳng cần làm thơ cho em
nhiều khi lợi dụng lem nhem không chừng

từ đời góp tình sống chung
hai ta quả thật đủ cung vẹn cầu
kiếp này tiếp tục kiếp sau
chúng ta nguyện sẽ có nhau đời đời

(1): *"Em Bỏ Đời Theo Thơ"*: câu thơ trong bài *"Vô Thường Yêu Em"* (thi tập: Chim Quyên Lạc Ngàn của Thái Tú Hạp)

mừng bạn thăm nhà

đoạn tặng
Tưởng Năng Tiến

nhà văn giỏi viết Sổ Tay...
ghé thăm tôi giữa tháng ngày thảnh thơi
anh tự kéo ghế ra ngồi
hớp ngụm trà ấm mỉm cười ngó quanh

vách phòng có mấy bức tranh
mấy o thiếu nữ long lanh liếc tình
anh như ông tướng nhà binh
chỉ thiếu quân phục trên mình đó thôi
vũ khí có sẵn trên người
cái tâm và đủ cả mười ngón tay

không hình dung cũng thấy ngay
phong cách gõ phím rất đầy tự tin
mỗi chữ một viên đạn tình
vừa xoa vừa bóp bầm mình đối phương
biến sở đoản thành sở trường
tự do cùng với quê hương đứng đầu

hôm nay anh ghé chơi lâu
nhìn anh thấy được chiều sâu ngôn từ

đoạn tặng
Hoàng Xuân Sơn

biết nhau năm nào năm nào
mấy chục năm đã ào ào cuốn đi
mỗi người thành đạt tùy nghi
có duyên như định trước khi ra đời

sống cách nào cũng là chơi
chơi bao nhiêu thứ cũng đời sống riêng
anh thành danh bậc thánh hiền
vì có chữ nghĩa gắn liền cùng thơ

tôi thì thỉnh thoảng lơ mơ
gọi là đủ để vẩn vơ yêu đời
anh xa ngàn dặm ghé chơi
nhà eo hẹp rượu có hơi lề mề

anh ngồi nhấm tạm cà phê
đàn địch có đó nhớ nghề trò chơi
hát ca ca hát làm vui
mừng nhau tiếp tục làm người lạc quan

tiễn người
"Đưa Em Sang Sông"

thương tiếc nhạc sĩ Nhật Ngân

cuối năm chờ đón giao thừa
niềm vui bất chợt chịu thua nỗi buồn
nghe tin anh đi bất thường
ngẩn ngơ đứng ngó vách tường thở ra

mới như vừa gặp hôm qua
nụ cười tiếng nói thiết tha yêu đời
câu ca còn ấm trên môi
Tình Học Trò (1) chạy quanh đời thanh xuân

Con Đường Năm Xưa (1) sáng trưng
những tà áo trắng thơm lưng nắng đầy
lời thơ tôi được chở bay
bằng dòng âm nhạc anh thay gió trời

mới đây mà đã đi rồi
ơi ông anh sống trọn đời âm thanh
ơi người đưa tình xuân xanh
qua sông một thuở hiền lành dễ thương

cơn bệnh cũ tưởng đã nhường
tài hoa rộng bước, bất thường quay lui
anh đi vội trong ngậm ngùi
bao nhiêu khán thính giả như bàng hoàng

thẫn thờ tôi trải khăn tang
bằng vần lục bát mươi hàng tiễn đưa
bao nhiêu lời rồi cũng thừa
chào anh lần cuối, giọt mưa xót lòng

xưa anh đưa người sang sông
giờ trăm người tiễn anh bồng bềnh bay
hồn nương bạc trắng chân mây
khúc ca ở lại vơi đầy tháng năm

(1)   thơ Lê Hân - Nhật Ngân phổ nhạc

tản mạn lục bát

thân tặng thi sĩ Du Tử Lê

lục bát vốn là một đôi
em sáu, anh tám,
          có đời sống chung
lâu ngày
    ớn
        chiếu-chăn-mùng
anh ném một đoạn
        tứ tung ra ngoài
em nằm cảm thấy lẻ loi
cũng bức một đoạn
        ra ngoài dạo chơi

cho dù lạc đất xa trời
cái âm điệu vẫn chẳng rời nhau ra

tôi khoái lục bát Nguyên Sa
lẳng lơ như đợt trăng sà mái hiên
khoái Đồng Đức Bốn hồn nhiên
giống em mười bốn môi duyên cười cười

tôi khoái lục bát nhiều người
không sao bắc ghế mời ngồi ai riêng

trong trăm ngàn nụ hoa tiên
đặc biệt độc đáo ưu tiên cho chàng
chàng là thi sĩ dịu dàng
họ Lê tên Phách ngang tàng cái tên

và hình như chỉ cái tên
còn lại các thứ dịu êm bình thường

lục bát chàng tẩm thêm hương
bằng những vạch ngắn
                chia đường
                        nghiêng nghiêng
ý / chữ
    được chú ý / riêng
tránh cho người đọc
           liên miên / lu bù

cũng nhờ vậy
        cõi âm u
nhiều khi chợt sáng
           y như chong đèn
câu thơ cũ
      bỗng hết quen
đâm ra mới rợi,
          sáng trăng vô cùng

lục bát là
    sân chơi chung
lắm nhà cách mạng lung tung xuống hàng
đi đâu cũng đến thiên đàng
của cô Kiều với ông hoàng Nguyễn Du

lòng mẹ ca dao nghìn thu
sinh ra cả triệu áng thư đề huề
riêng nhà thơ Du Tử Lê
lục bát vừa đủ khó chê điểm nào

từ ca dao không ca dao
trò chơi chữ nghĩa thành đào hoa thơm

chợt nhớ
nhạc sĩ Văn Cao

lá vàng bay nhớ Văn Cao
cái ông nhạc sĩ hanh hao nắng vàng
cái ông làm giàu mơ màng
từ sương từ khói từ ngàn hạt mưa

cái ông biết pha sớm trưa
vào trong âm nhạc đong đưa tiếng tình
cái ông ép xúc cảm mình
thành ra dòng chảy hữu tình âm thanh

ông ngồi ngất ngưởng đầu cành
mùa thu kể rõ ngọn ngành yêu thương

nhờ ông tôi sớm biết buồn
khi chưa yêu, khi chưa thương người nào
nhờ ông tôi biết nao nao
giữa trời giữa đất bước vào mùa thu

tiễn anh về đất mẹ

thương tiếc nhà văn Nguyễn Mộng Giác

không quen chỉ biết phương danh
người đi ta lạc loanh quanh nỗi buồn
nghe trong lòng những hồi chuông
giọng kinh tiếng mõ buồn buồn ngân vang

văn học vừa mới cư tang
một cây bút khuất non ngàn thanh cao
trời vừa rụng một ngôi sao
lòng ta rụng nụ ca dao đưa người

người đi quên hết buồn vui
tội người ở lại ngậm ngùi lòng mang
xin tình đừng quá bi quan
theo trầm hương tỏa suối vàng, bình tâm

thở theo đời sống thăng trầm
mốt mai lại gặp chỗ nằm muôn năm

trách "Nỗi Lòng Người Đi"
tưởng nhớ nhạc sĩ Anh Bằng

gieo lòng tha thiết theo thơ
thả rơi từng giọt nhạc vào giấy hoa
chạm môi người ngát bài ca
cho trăm năm mãi ngân nga nụ tình

Cõi Buồn là cõi nhân sinh
Chuyện Tình Yêu sống *Khi Mình Xa Nhau*
Sầu Lẻ Bóng nặng mái đầu
nghiêng từ thiên cổ về sau ngàn trùng

Ba Mùa Mưa lạnh thấm lưng
Khúc Thụy Du vẫn nằm chung bên lòng
Chuyện Hoa Sim, Hoa Tigôn
nở thơm theo những vết son ngậm ngùi

Anh Còn Nợ Em kiếp người
em nợ anh chỉ nụ cười sáng trăng
Chuyện Người Con Gái Ao Sen
làm sao quên được đường răng trắng hồng

Cỗ Bài Tam Cúc xoa xong
bàn tay em vẫn như còn đong đưa
Chuyện Giàn Thiên Lý chiều mưa
còn nghe ai kể nhặt thưa tiếng tình

Trúc Đào gió đẩy lung linh
cành xanh tỏa ngọn che mình hôn nhau
Áo Trắng em chưa phai màu
tình sao nở nhạt những câu mặn nồng

Nỗi Lòng Người Đi sang sông
khi *Anh Không Lại* mỏi mòn lệ sa
Dĩ Vãng Của Một Loài Hoa
còn đong được mấy lời ca bạt tình

Anh Cứ Hẹn, cứ vô tình
bài *Tango Tím* thình lình tắt ngang
buồn *Từ Độ Ánh Trăng Tan*
có thành hạnh phúc lang thang theo đời?

Ba Mùa Mưa vắng nhau rồi
Bài Thơ Đan Áo đến hồi phôi phai
Bẽ Bàng theo *Biển Dâu* dài
lòng mang kỷ niệm u hoài trăm năm

bài ca làm dậy lửa lòng
đời đua nhau hát có không nhớ người
Tango Dĩ Vãng ngậm ngùi
Chuyện Một Đêm quá xa xôi thật rồi

nhạc còn người đã mất tôi
tôi còn sao nhạc ngậm ngùi bay xa?

mượn âm thanh
tiếng nhạc buồn

tưởng niệm nhạc sĩ Anh Việt Thu

bên ngoài rả rích trời mưa
giọng Hoàng Oanh đẩy ngày xưa trở về
không gian u tịch lê thê
vang *Tám Điệp Khúc* vỗ về giọng ru

tưởng đang nằm giữa mùa thu
Cuốn Theo Chiều Gió lòng vi vu buồn
Một Mình Thôi, chợt nhớ thương
Hai Vì Sao Lạc mấy phương giang hồ?

Nhớ Nhau Hoài, ngỡ chiêm bao
Dòng An Giang cũ, bây giờ em đâu
Đường Chúng Ta Đi ghập ghềnh sầu
Máu Chảy Về Tim vẫn màu thủy chung

Người Đi Ngoài Phố có chừng
hai tà áo gió lạnh lùng thổi bay
hỡi tình xưa, ngồi xuống đây
nghe ta gõ khúc tình đầy hồn em

xưa *Mùa Xuân Hát Cho Em*
chừ mùa chia cách hát thêm những gì
Vuốt Mặt rớt hột sầu bi
lượm lên thành nốt nhạc gì vu vơ

ngày xưa ơi hỡi em thơ
cúi lòng *Đa Tạ* vẩn vơ một đời
yêu là thương nhớ đủ đôi
giọng ca tiếng hát chơi vơi sống hoài

mượn Anh Việt Thu vài bài
ru em ru cõi sầu dai dẳng tình
bên ngoài mưa hát linh tinh
nằm trong lòng nhớ chính mình thở ra

đưa chân
"Khúc Tình Ca"

tưởng niệm nhạc sĩ Trần Đình Quân,
giáo sư Trường Trung Học PCT Đà Nẵng

"*Vườn Dâu Xanh*" thuở xa nào
đàn chim xuân sắc tìm vào lá hoa
trải lòng người viết lời ca
con chim ngậm phải thành ra phiêu bồng
biết yêu cả núi lẫn sông
biết tìm hôn những đời không nụ cười...

bây giờ người chẳng buông xuôi
nhưng trong thân máu đã thôi phiêu bồng
nguồn du ca ngừng giữa dòng
thương người chưa trổ hết lòng tài hoa
xin thơ một nhánh thiết tha
từ nghìn trùng gởi thay hoa tiễn người

người đi xa, người đi rồi
"*Khúc Tình Ca*"... ở với đời thiên thu

vô thường

tưởng niệm nhạc sĩ Vô Thường

thật tuyệt vời mười ngón tay
đỡ hồn nhạc sĩ lên mây phiêu bồng
khi dồn dập khi thong dong
khi lơi lả nhớ khi nồng nàn yêu

đô rê mi fa... bấy nhiêu
mà bao la quá cõi phiêu du tình
bỗng đang thơm nắng bình minh
thoắt hoàng hôn phủ rung rinh lá cười

tiếng vui chen giọng ngậm ngùi
âm thanh dìu dặt dắt người lang thang
không không gian chẳng thời gian
chỉ còn huyền hoặc mơ màng âm thanh

ngón rung nhịp thở mong manh
ru đời phơi phới an lành yêu thương
từ dị thường đến vô thường
tiếng đàn từ ngón tay buồn lắng sâu

như là tình ca

tưởng niệm nhạc sĩ Y Vân

1.

Ai Nói Yêu Em Đêm Nay
lời hoa mỹ ấy đựng đầy mắt em ?
Người Yêu Lý Tưởng đêm đêm
có về trong giấc mơ tiên nồng nàn ?

em như một đóa hoa vàng
Giọt Sương Khuya đọng mơ màng cành xanh
buổi chiều *Nhạt Nắng* bay quanh
tóc em sợi mỏng manh thành nụ thơ

Buồn bao la tự bao giờ
ẩn trong chéo áo vẩn vơ *U Hoài*
Phận Má Hồng đẹp mảnh mai
Sáu Mươi Năm Cuộc Đời dài thương yêu

tình em trân quí bấy nhiêu
Sao Anh Lỗi Hẹn cho diều đứt dây
chưa cầm ấm được bàn tay
đã nghe *Xa Vắng* heo mây lạnh lùng

2.

anh vì sứ mệnh người hùng
đi chinh chiến giữ từng vùng quê xa ?
Chuyến Tàu Tiễn Biệt đêm qua
có hơi em vọng thiết tha tiễn người

hãy tin sẽ có ngày vui
Những Người Yêu Nhau sẽ cười bên nhau
cuộc đời giản dị thế *Thôi*
tình em, *Lòng Mẹ*, chỗ ngồi riêng anh

Sài Gòn Đẹp Lắm, đang dành
vòng tay đón khúc quân hành duyệt binh
anh về đúng chỗ trái tim
bao la trời đất và em mong chờ

sống cùng ca khúc họ Hoàng

tưởng niệm nhạc sĩ Hoàng Thi Thơ

chợt nghe lanh lảnh giọng ca
Ngọc Cẩm Nguyễn Hữu Thiết va chạm lòng
Trăng Rụng Xuống Cầu đầu thôn
rụng luôn xuống tận tâm hồn thanh xuân

quê nhà mấy nẻo rưng rưng
mở ra từng bước ngại ngùng dáng hoa
Đường Xưa Lối Cũ đây mà
mẹ già vịn nắng chiều ra ngõ chờ

câu hát chen cùng câu thơ
Diễm Tình một thuở hẹn hò *Gặp Nhau*
Duyên Quê môi thắm trầu cau
Phút Ban Đầu ấy mai sau vẫn là

ơi cô hàng xóm mặn mà
Bao Giờ Trở Lại xóm nhà tranh xưa
Túp Lều Lý Tưởng nắng mưa
vẫn thơm từng nụ hôn xưa vụng về

Cái Trâm Em Cài năm tê
từng vươn sợi tóc ai kề nhớ không
Con Tim Và Nước Mắt hồng
lẽ đâu rớt xuống dòng sông cuối làng ?

Đưa Em Qua Cánh Đồng Vàng
hôm xưa em quíu hai bàn chân thơm
Đêm Buồn quên lót ổ rơm
vẫn nằm cùng ngắm trăng non ngon lành

vu vơ gió hát xanh cành
em ca *Gạo Trắng Trăng Thanh* ngọt ngào
gối tay em nằm chiêm bao
Điệu Buồn Dang Dở bất ngờ trôi xuôi

Ô Kìa Đời Bỗng Dưng Vui
đắp *Tà Áo Cưới* lên người mình thương
hân hoan *Tàu Về Quê Hương*
Tạ Tình tám hướng mười phương nồng nàn

ơi em *Bóng Hồng Việt Nam*
vẫn ta anh lính da vàng của em
không cần chi phải nhớ tên
nhớ vài bài hát ấm trên môi tình

Hoàng Thi Thơ nối chúng mình
thành một cặp đứng đầu đình mê man
từ câu *Chuyện Tình La Lan*
đến bao nhiêu chuyện nóng bàn tay hôn

mười năm sau nữa vẫn còn
đôi ta bởi khối nhạc còn sắt son

bất tử cùng âm thanh

thay nén hương muộn tiễn nhạc sĩ Dương Thiệu Tước

Áng Mây Chiều vắt ngang trời
chim bay nghiêng cánh thả rơi tiếng tình
Bến Xuân Xanh lưu bóng hình
Đôi Oanh Vàng hót cung nghinh cuộc đời

yêu nhau người về với người
Bóng Chiều Xưa đượm tiếng cười thiết tha
Thuyền Mơ chở ánh trăng ngà
thơm hương hạnh phúc la đà thiên thu

Cánh Bằng Lướt Gió mịt mù
vẫn còn âm giọng lời ru ngọt ngào
Đêm Tàn Bến Ngự trông sao
hỏi mây gió tự phương nào ghé qua

em đời thơm một *Kiếp Hoa*
Ngọc Lan trắng nõn đậm đà nhớ nhung
Hoa Tàn lưu vết thủy chung
nằm trong nốt nhạc hồn rung tơ đồng

Tiếng Xưa vang vọng chập chùng
Chiều Thu rắc nắng não nùng *Chiều* hoang
tiếng tình bừng mở âm vang
hồn sương khói sống mơ màng nghìn năm

chôn tình vào những tấm lòng
sống đời trầm bổng bềnh bồng thanh âm
Khúc Nhạc Dưới Trăng sắt son
người đi hồn ở núi non muôn đời

lạc quan khúc

tưởng niệm nhạc sĩ Lê Hựu Hà

tặng đời *Liên Khúc Phượng Hoàng*
âm thanh vun vút gió ngàn non xa
tình người thơm tiếng chim ca
Ngàn Năm Anh Mãi Yêu và nhớ nhung

em yêu, *Hãy Nhìn Xuống Chân*
giọt âm thanh đọng trong ngần gót hoa
Đồng Xanh vọng tiếng chiều tà
Nhớ Em khúc nhạc chợt là ca dao

tiếng trầm nối tiếp giọng cao
bay man mác trải nỗi xao xuyến tình
Vị Ngọt Đôi Môi xinh xinh
còn phong hương vị thủy tinh em cười

đã lâu *Tôi Muốn* làm người
chuyên chở hạnh phúc tươi vui vào đời
buồn đau *Trả Hết Cho Người*
mong trong thiên hạ ngọt bùi nở hoa

Ngủ Đi Em, nếu em là
giọt âm thanh biết mặn mà vân vi
Ngày Mai...Khi Tôi Chết Đi
trái tim vẫn đập thầm thì muôn năm

từng khuôn nhạc, hồn tôi nằm
im nghe trời đất thăng trầm hoan ca

thánh thót
những giọt nhạc tình

tưởng niệm nhạc sĩ Nguyễn Ánh 9

bén duyên trên phím dương cầm
mười ngón tay thở dần dần tỏa hương
khởi đi từ một nỗi buồn
Không... *không*... để có yêu thương một đời

Lối Về nghệ thuật ấm hơi
Biệt Khúc tình vốn không lời xôn xao
vẫn đầy *Hạnh Phúc Ngọt Ngào*
ẩn trong giọt nhạc ngấm vào thiên thu

người, *Xin Đừng Nói Yêu Tôi*
để bắt lòng dạ buồn vui không chừng
hãy là *Khúc Nhạc Mừng Xuân*
cho trăm năm vẫn một vùng cỏ hoa

Mùa Thu Cánh Nâu mượt mà
mùa đông cơn gió như là cánh tay
Xin Như Làn Mây Trắng bay
vô tình giữa cõi đời này thưa em

Cô Đơn một phút mông mênh
bỗng thành vĩnh cửu không tên sống đời
Bơ Vơ không ở chỗ ngồi
Chia Phôi từ chỗ những người có nhau

Kỷ Niệm thường là vết đau
không trên da thịt mà sâu vô cùng
Buồn Ơi Chào Mi thủy chung
chỉ là tiếng khóc não nùng xa xăm

người còn mấy nhát dao đâm
bằng âm thanh nữa, mời trồng tỉa thêm
Lặng Lẽ Tiếng Dương Cầm mềm
xanh như sợi tóc thuở em yêu đời

của *Sài Gòn Em Và Tôi*
phòng trà quán rượu chỗ ngồi thanh xuân
Ai Đưa Em Về nửa chừng
để người rớm máu ra từng ngón tay

Tiếng Hát Lạc Loài vài giây
đủ qui tụ lại hương ngày xa xưa
tặng người *Tình Khúc Chiều Mưa*
xin rơi thánh thót cho vừa nhớ nhung

lang thang
theo nhạc Phạm Duy

thương tiếc nhạc sĩ Phạm Duy

gió vu vơ hát sau hè
nằm trong nôi đã bị ve mất rồi
tàu cau đỡ mặt trăng rơi
vui mắt, lòng để gió trời thổi bay

cũng may thâu tóm trong tay
chùm âm thanh của trời mây vào đời
Bà Mẹ Quê nhón trông vời
Em Bé Quê trở thành người đám đông

Bài Ca Trăng phủ lên lòng
Bài Ca Sao nhảy vòng vòng trán cao
Ba Nàng Thiếu Nữ bên ao
thòng chân thả cánh ly tao xuống tình

Cành Hoa Trắng nuốt bên mình
chừng như biết hát linh tinh mấy lời
Bình Ca trải xuống cỏ đồi
Chiều Trên Sông chảy bồi hồi một bên

nhớ ra *Cây Đàn Bỏ Quên*
Chắp Tay Hoa ướm tình lên phím đàn
Chim Lồng xô cửa bay sang
chim trời tụ lại hát vang *Cỏ Hồng*

Đố Ai, Đốt Lá Trên Sân
mà không cho khói bay vòng *Mộng Du*
Một Bàn Tay ngửa ngần ngừ
Một Bàn Tay ấp khước từ…*Mưa Rơi*

Ngựa Hồng, Người Về thơm môi
Một Đàn Chim Nhỏ từng đôi cũng về
Mẹ Trăm Con ấm tình quê
Một Cành Mai nở tứ bề thơm xuân

Một Ngày Một Đời vui mừng
cũng là quá đủ ấm lưng *Dạ Hành*
Con Dế Hát Rong chợt thành
ông thánh âm nhạc loanh quang cõi đời

Con Quỳ Lạy Chúa Trên Trời
xin cho thánh nhạc sống đời nhân gian
Dạ Lai Hương ngát đêm vàng
Cỗ Bài Tam Cúc trên bàn nở hoa

Cô Hái Mơ lướt thướt tha
Cô Gánh Gạo áo bà ba, đều tình
nụ tình trong nét xinh xinh
biết yêu là thuốc trường sinh sống đời

Bên Cầu Biên Giới một thời
Dân Quân Du Kích, ai người không mơ?
Đêm Xuân chẳng ở trong thơ
Đường Em Đi mở ra tờ giấy hoa

Đoàn Quân Văn Hóa tà tà
Đây Thôn Vỹ Dạ, đây là *Hoa Xuân*
Hẹn Hò để được nhớ nhung
Kiếp Sau, *Kỷ Niệm* thơm cùng lá hoa
Khối Tình Trương Chi đậm đà
Màu Thời Gian có phôi pha bao giờ
Mẹ Trùng Dương thơm má đào
Mộ Phần Thế Kỷ kẻ nào thiếu con

gã du ca có tâm hồn
Tình Hoài Hương đựng trong dòng gió bay
Ngày Trở Về vẫn trong tay
nụ cười nhân ái như ngày xa xưa

Ngậm Ngùi theo những *Giọt Mưa*
Trên Lá xanh biếc đẩy đưa cuối chiều
trải lòng ngồi *Minh Họa Kiều*
gặp Nguyễn Du đứng đăm chiêu, rùng mình

Lá Diêu Bông một sợi tình
ai cầm thắt được lên mình cái nơ
Kỷ Vật Cho Em nguồn thơ
Làm Sao Mà Quên Được mơ là vẫn yêu

Lời Mẹ Dặn, nhớ không nhiều
nhưng chưa học được bao điều khoan dung
chín mươi tuổi vẫn ngại ngùng
lo cho dòng nhạc có cùng người đi

Kiếp Sau Giữ Lại... những gì
Khi Tôi Về đất chắc chi lưng trời
Kiếp Nào Có Yêu Nhau rồi
kiếp nào thơm *Khúc Lan Sầu* muôn năm

Lữ Hành nay mỏi gót nằm
Mặc Niệm một chút ngày son sắt tình
ngó ra thế giới quanh mình
Nhân Danh nhạc sĩ hát *Tình Ca* chơi

chín mươi ngọn nến thắp rồi
ngày trăm ngọn đỏ hạ hồi đến thôi
xin tình cùng thắp ngọn môi
cho đời âm nhạc nhớ người *Tâm Ca*

chẳng có âm thanh nào già
cành xưa rễ cũ vẫn là Việt Nam
lang thang theo giọt nhạc vàng
đầu đuôi đảo ngược vẫn toàn cỏ hoa

nhớ người của Hội Trùng Dương

tưởng niệm nhạc sĩ Phạm Đình Chương

anh từng nằm *Mộng Dưới Hoa*
nên lòng trong suốt như là ca dao
đất trời nắng trải lụa đào
anh thấy sông núi ngấm vào cỏ cây

Mắt Buồn tiếp giáp mây bay
Đợi Chờ hồn nhạc đông tây chuyển mình
Mười Thương từ vạn khối tình
nở ra một khúc thanh bình hoan ca

tình anh như ngói lợp nhà
chồng lên nhau giữ mượt mà điệu ru
Đêm Màu Hồng, sáng vàng thu
trắng đông mưa phủ gió mù mịt than

chạm vào anh thành giọt đàn
vang lên ngàn tiếng hân hoan, ngậm ngùi
Dạ Tâm Khúc buồn chen vui
thơm *Màu Kỷ Niệm* cuộc đời mênh mông

dòng tình liền với dòng sông
Hội Trùng Dương mở cõi lòng thiết tha
Tiếng Dân Chài mãi ngân nga
trong đời như tiếng sóng va cát vàng

gió bay nhiều lúc lộn đàng
dội vào lồng ngực âm vang tiếng sầu
treo lên *Nửa Hồn Thương Đau*
Đêm Cuối Cùng của cuộc bể dâu chỉ là

những dòng yếm thế lướt qua
bỏ anh ở lại tình ca nhiệm mầu
với còn nguyên *Thuở Ban Đầu*
Được Mùa, vui *Đón Xuân* giàu niềm tin

Hát Lên Nào, những chân tình
Ly Rượu Mừng cụng, chợt nhìn thấy nhau
anh đi ? chưa thể đi đâu
vẫn anh còn đó trong màu vô ưu

nghe nhạc anh, ấm tình người
tôi từ thơ dại thành tôi trưởng thành
cảm ơn âm nhạc và anh
cảm ơn tôi biết tôi lành như hoa

nợ người thân yêu

tưởng nhớ nhạc sĩ Trầm Tử Thiêng

Một Đời Áo Mẹ Áo Em
Lời Ru Của Mẹ, tiếng em thơm lòng
Thầm Thì pha giọng nước non
thành pho *Kinh Khổ* nghìn năm phong trần

làm thân *Con Quốc Việt Nam*
cùng trôi nổi với núi sông khốn cùng
Đêm nghe từ *Cõi Nghìn Trùng*
nhịp tim tổ quốc ấm lòng tha hương

Nghìn Đêm Như Một nhớ thương
Những Con Đường Trắng khói sương quê nhà
Đời Đá Vàng của mẹ cha
là liều thuốc bổ đậm đà quanh năm

đi đâu cũng lận trong lòng
Một Đời Để Nhớ mênh mông phận người
7000 Đêm Góp Lại ngồi
chiêm bao một giấc *Mộng Sầu* man man

Mùa Xuân Đi Qua nhẹ nhàng
Quên Hay Nhớ vẫn nồng nàn hương xưa
Chuyện Chiếc Cầu Gãy, nắng mưa
không còn chỗ đậu như vừa xảy ra

Mười Năm Yêu Em chẳng là
mối tình thiên cổ, nhưng mà thiên thu
nợ mẹ ngàn ngàn lời ru
nợ em mấy kiếp ? hình như nợ hoài

Gởi Người Ở Lại ngày mai
Hương Ca Vô Tận chẳng phai đá vàng

cõi trọ Trịnh Công Sơn

tưởng niệm nhạc sĩ Trịnh Công Sơn

biết anh từ thuở *Ướt Mi*
dần qua từng nhánh xuân thì *Diễm Xưa*
ngợi ca anh, chuyện dư thừa
thì thôi vớ vẩn đẩy đưa đôi dòng

Ru Em Từng Ngón Xuân Nồng
Lời Buồn Thánh đã phải lòng gió bay
Vết Lăn Trầm đọng trên tay
lâu lâu lại ngó tháng ngày thanh xuân

cuộc đời là một cõi chung
mỗi người *Ở Trọ* một vùng cỏ hoa
tháng năm mộng mị *Phôi Pha*
may còn nương náu giọng ca sống đời

Rừng Xưa Đã Khép lại, ngồi
Ru Đời Đi Nhé hỡi người thế gian
Vàng Phai Trước Ngõ điêu tàn
Tình Sầu như nắm mây vàng cao bay

Hạ Trắng níu kéo dòng mây
mà thao thức mộng lắt lay hiên tình
lòng thơm giọt *Nắng Thủy Tinh*
thấy em mê đắm *Ru Tình* thảnh thơi

cuộc đời không hẳn cuộc chơi
và chơi không hẳn để đời vui hơn
anh từng *Cho Đời Chút Ơn*
qua từng âm khúc tâm hồn ưu tư

gởi tình trong *Lời Mẹ Ru*
Ngủ Đi Con gió vi vu hiên ngoài
nắng vàng *Chiếc Lá Thu Phai*
Hoa Vàng Mấy Độ vắt vai theo tình

âm thanh hữu dạng hữu hình
giúp cho thương nhớ lung linh sáng ngời
Ngẫu Nhiên như đứng như ngồi
thấy ra *Nguồn Cội* một đời bao dung

Cát Bụi là cõi vô cùng?
người muôn năm sẽ về chung một nguồn
anh như chưa hề biết buồn
vì buồn đã chật trong buồng phổi anh

để rồi hít thở âm thanh
một đời bay bổng cũng đành khói sương
tôi vừa mới hát cải lương
tự nhiên tôi thấy bất lương thế nào

chẳng vịn anh để trèo cao
chỉ vui một lát tầm phào, ngồi không
biết ai ai biết bềnh bồng
sống trong cõi chết một lòng thảnh thơi

nốt tình Đăng Khánh

thân tặng nhạc sĩ Đăng Khánh

nhạc xanh đọng mướt dáng thơ
ta nuôi bằng những ước mơ chân tình
Cánh Hoa Xưa lưu ảnh hình
Hạt Mưa Bay Cuối Đời tình long đong

nhớ *Em Ngủ Trong Mùa Đông*
Đêm Trăng Khuya mở cánh lòng ta ra
Làm Sao Em Biết lòng ta
yêu em từ thuở cành hoa mỉm cười

yêu em từ thuở làm người
làm chàng nhạc sĩ buồn vui vơi đầy
và *Ta Muốn Cùng Em Say*
Cung Đàn Xưa với bàn tay phiêu bồng

nhạc ta từ thuở trổ bông
đã có em dạo vòng vòng bên trong
em là một kẻ có lòng
làm cho nốt nhạc ta hồng hào thêm

Lệ Buồn Nhớ Mi, ngước lên
Mắt Em Vương Giọt Sầu mềm mại thơm
ta loay hoay chuyện mất còn
đâm ra bỏ lạc màu son xuân tình

cảm ơn em, người nữ sinh
cảm ơn em bé xinh xinh môi cười
cảm ơn em dáng thanh tươi
cảm ơn hàng triệu triệu người sắc hương

Giấc Mơ Đời Tôi vô thường
đã nhờ hồn vía bốn phương bềnh bồng
nhạc tôi từ đấy mênh mông
vào trong thiên hạ chạy vòng quanh em

hồn tình Từ Công Phụng

thân tặng nhạc sĩ Từ Công Phụng

Bây Giờ Tháng Mấy ? hỏi ai ?
hỏi cô em mái tóc dài phải không
hỏi cô em đã theo chồng
hay hỏi cô bé *Mây Hồng* trên môi

Mưa Trên Ngày Tháng đó rồi
em có thả tóc gội đời bi thương
Mắt Lệ Cho Người có tuôn
mà sao trời đất mưa luôn mấy ngày

Giữ Đời Cho Nhau đắng cay
Lối Mòn Thiên Cổ từ nay rộng dần
ơi em *Mùa Thu Trên Ngàn*
Bên Kia Đời Quạnh Quẽ vàng tuổi hoa

Trên Lưng Của Tháng Ngày già
xin cầm cho vững *Tuổi Xa Người* tình
Thiên Đường Hiu Quạnh nơi mình
mở ra cánh cửa lung linh hững hờ

em yêu ơi chớ bao giờ
Hóa Kiếp vội vã giữa bờ tử sinh
Đời Bỗng Phù Du vô tình
Kiếp Dã Tràng vẫn u minh ánh hồng

Như Một Que Diêm bềnh bồng
lửa khói nuôi sóng mặn nồng thiên thu
hỏi em, hỏi đời phù hư
Từ Khúc tồn tại lãng du mấy đời

Vùng Trời Kỷ Niệm nhiệm mầu
Ngồi Bên Nhau ngó đâu đâu cũng tình
Người Về Trên Mây thình lình
Bây Giờ Là Tháng Mấy mình hỏi ai

câu trả lời tiếng thở dài
tâm Từ Công Phụng hình hài tinh khôi
một đời ẩn mật một đời
cùng em trong cõi đất trời âm thanh

tình khúc từ đại dương

thân tặng nhạc sĩ Trường Sa

bồng bềnh cùng sóng đại dương
mắt tình vẫn vọng về phương em ngồi
Từ Một Giấc Mơ tuyệt vời
uốn lòng thành nhạc chở lời nhớ nhung
Người Tình Tôn Nữ khiêm cung
ơi em dáng lụa vóc nhung u buồn
Một Mai Em Đi bên đường
nụ hoa ngọn cỏ nhờ hương em nồng

Một Thoáng Mơ Phai mấy dòng
mây bay theo gió phải lòng em luôn
Ru Em Một Đời vấn vương
nỗi sầu từ cội yêu thương thơm hoài

lòng tôi trong khúc thiên thai
bọc tình em chẳng cho phai nồng nàn
Xin Ơn Nhau Cuộc Đời vàng
nghìn thu không đượm điêu tàn thương đau

nguyện *Xin Còn Gọi Tên Nhau*
dù đời hư ảo bể dâu có thừa
Rồi Mai Tôi Đưa Em xưa
về đâu cũng vẫn sớm trưa với tình
Mùa Thu Trong Mưa hiển linh
ngân dài *Một Thoáng Mơ Phai* muôn đời
trùng dương lộng lẫy biển khơi
vọng về em hát mãi lời thương yêu

đàn hát mãi mãi tuyệt vời

thân tặng nhạc sĩ Lê Dinh

Rồi Cũng Qua Đi muộn phiền
niềm vui cùng với nỗi niềm nhân sinh
sống chia nhau một *Chữ Tình*
mai kia mốt nọ u minh hiên đời

Thương Đời Hoa những đổi ngôi
xuống lên giọng hát trải lời giùm tôi
ngọn đàn tôi đủ buồn vui
nhờ em gởi đến khắp người thế gian

Tiếng Ve Sầu điệu tình lang
Chiều Lên Bản Thượng mây vàng lỏng tay
gió bay rồi cũng gió bay
Hoa Đào Năm Trước nở đầy mộng du

Cho Dù Hoa Tàn Úa thu
tiếng tơ đồng vẫn vọng từ thinh không
má nghiêng nhìn *Cánh Thiệp Hồng*
Nếu Ngày Mai phải phai lòng thủy chung

Trở Về Cát Bụi mông lung
lòng tình có giữ nhớ nhung trọn đời
Nắng Bên Này Sông lưu dấu ngồi
hát đàn một thuở ru hời bên nhau

Tấm Ảnh Ngày Xưa giữ màu
thanh xuân ấm những vàng thau hẹn hò
Ga Chiều sáng ngộ bến đò
Những Đêm Chờ Sáng giả đò hồn nhiên

Làng Anh Làng Em dính liền
bởi tình hai đứa vốn ghiền hương nhau
mai sau luôn có mai sau
cho dù trôi nổi đến đâu vẫn tình

một đời ta viết nhạc tình
một đời em sống trong tình yêu ta
cho dù em một danh ca
hay hát giải trí cũng là thiên thu

nhạc không *Chỉ Là Phù Du*
tan mà đọng mãi giọng ru cuộc đời
sống là phải có đủ đôi
chúng ta mãi mãi theo trời mây bay

chiêu dụ tình em

thân tặng nhạc sĩ Nguyên Bích

Hiến Chương Yêu đã viết rồi
Bâng Khuâng chi nữa em ơi ký vào
Mong Manh một kiếp má đào
Tình Si dại tự thuở nào ngát xanh

Ước Ao gặp được duyên lành
Ước Vọng có đủ em anh trải lòng
Giã Từ Quạnh Hiu cho xong
để cùng *Tâm Sự Với Dòng Sông* xinh

ơi em rạng rỡ vóc hình
tâm Phật hồn Chúa hiển linh sáng ngời
cánh tay *Đôi Mắt Tuyệt Vời*
xin cùng *Lặng Lẽ Tình Tôi* chong đèn

ơi em dòng tóc thơm đen
xin vãi ngàn sợi sáng trăng em cười
xin làm *Mưa Trong Lòng* tôi
để nghe máu thịt thành lời lá hoa

ngại chi *Cuộc Tình Phôi Pha*
Hãy Bảo Tôi biết đâu là cõi thơ
ngoài tình em chẳng nơi nào
để ngồi ca hát vẩn vơ suốt đời

Thơ Chảy Hồn Tôi mất rồi
mời em nối ngọn tình đời đong đưa
bằng *Nụ Cười Em Năm Xưa*
và đôi mắt liếc hồi vừa chớm yêu

mênh mông nắng sáng mưa chiều
không cần *Sám Hối* khi liều yêu em
mờ lòng *Tiếng Hát Con Tim*
cho nhạc tôi ghé đậu lên tình người

tạ ơn em bước vào đời
tạ ơn em đã cùng tôi sống hoài...

bi khúc

thân tặng nhạc sĩ Phạm Mạnh Cương

Giã Từ Cố Đô vào Nam
bước *Đi Giữa Đường Trăng* vàng mông lung
cỏ hoa phơi phới nở cùng
lòng xanh mở nhạc thơm lừng thương yêu

Thu Ca vàng ngọn nắng chiều
Thu Về Trong Mắt Em nhiều ưu tư
bài ca từ đó hình như
có da có thịt có hư vô và

có em trong cõi tình ta
hồng hào cành nhánh thiết tha yêu người
Thế Rồi Một Mùa Hè vui
gặp em giữa lớp lặng ngồi tay che

Tóc Em Chưa Úa Nắng Hè
ta mang nối lại thành bè âm thanh
Thung Lũng Hồng, Suối Lệ Xanh
thênh thang như thác đầu gành tuôn mau

trao *Cho Nhau Lời Nguyện Cầu*
Loài Hoa Không Vỡ, muôn đời thế gian
Thương Hoài Ngàn Năm giọt đàn
từ em khơi dậy ngàn trang diễm tình

Tình Yêu Còn Đó hiển linh
nụ hôn, *Mắt Lệ Cho Người Tình* chung
Sầu Ly Biệt chợt theo cùng
hồ như *Một Khúc Nhạc Buồn*, lỡ tay

Tình Yêu Đã Mất, ô hay
Xuân Sầu, giọt rượu đắng cay cũng sầu
Cánh Hoa Tàn giữa đêm thâu
Đừng Khóc Dĩ Vãng... Tình Qua Mau... buồn

Một Lần Yêu, đời luôn luôn
có nhau trong cõi vô thường thiên thu
Đã Muộn Rồi, không, hình như
trong ta trong nhạc nghìn thu có người

Diệu Hương
hương dịu chan hòa

thân tặng nhạc sĩ Diệu Hương

Mình Ơi đã ngủ rồi sao
dậy nghe em lót ca dao vào tình
Trái Tim Khát Vọng rập rình
những dòng nhạc biếc hiển linh ra đời

Nỗi Buồn Còn Lại trên môi
nghe như tiếng thở chơi vơi văn dài
Mưa Chiều Lặng Lẽ thấm vai
Bên Anh Ngày Cuối tóc mai thơm lừng

lòng em vốn rộng vô cùng
mời anh thử dạo bước chung với tình
Cõi Đời Vui, nhạc thủy tinh
em ươm từng búp hoa xinh lên đàn

Lặng Nhìn Ta Thôi ngỡ ngàng
Còn Trong Nỗi Nhớ hàng hàng nốt xanh
một đời em thở vì anh
một đời anh thở chân thành cho nhau

Hỏi Tình ướm vết mai sau
Còn Nghe Tiếng Gọi buồn đau khẽ khàng
đời hư ảo nối từng trang
Cho Em Hỏi nhỏ thiên đàng nơi đâu

hồn treo trên *Phiến Đá Sầu*
nghe trong khắc khoải úa màu hoa nghiêm
thưa rằng *Vì Đó Là Em*
xòe tay cho nhạc trổ lên nụ hồng

còn gì cho *Những Bâng Khuâng*
ngoài tâm tĩnh lặng như không mịt mù
nhạc như một vị chân tu
động mà vẫn tĩnh người ru, ru người

Diệu Hương hương dịu dàng tươi
đóa hoa đóa nhạc mỉm cười an nhiên

nhạc thở cùng người

thân tặng nhạc sĩ Lam Phương

1.

Chuyến Đò Vỹ Tuyến ra đi
mang theo thương nhớ, còn gì nữa không ?
sao nghe nặng những tấm lòng
chứa quê hương với hương nồng yêu em

Đoàn Người Lữ Thứ lênh đênh
Nhạc Rừng Khuya thắp ánh đèn tin yêu
Trăng Thanh Bình, gió hiu hiu
Nắng Đẹp Miền Nam vẫn phiêu bồng vào

thanh xuân phơi phới trúc đào
Bức Tâm Thư chở ca dao ân tình
yêu đời, yêu nước, đầu binh
Chiều Hành Quân hát dòng kinh nhiệm mầu

Khúc Ca Ngày Mùa lắng sâu
tình quê tình đất ấm câu tình người
Kiếp Nghèo biết sống đời vui
Đèn Khuya chong những tiếng cười lạc quan

Thành Phố Buồn đủ mơ màng
Duyên Kiếp một ánh trăng vàng ngát hương

2.

khởi từ *Mùa Thu Yêu Đương*
Một Mình gánh *Kiếp Tha Hương* lên đường
cho dài *Trăm Nhớ Ngàn Thương*
trái tim linh hiển dị thường hóa thân

Tình Bơ Vơ vướng nợ nần
thành trang tình sử trăm năm cuộc đời
sống khăng khít, thật tuyệt vời
nhạc kịch sinh động một thời thong dong

Tình Nghĩa Đôi Ta viễn vông?
hay dòng sông chợt đổi dòng ngẫu nhiên
Lầm không hay chỉ nghiệp duyên
Em Đi Rồi vẫn bình yên hay là

Một Đời Tan Vỡ, phôi pha
Cỏ Úa từng ngọn *Xót Xa* riêng mình?
đây *Bài Tango Cho Em*
ngổn ngang nghìn nốt nhạc mênh mông buồn

Phút Cuối còn ấm nhớ thương
Tiễn Người Đi biết ai buồn hơn ai
Tan Vỡ có phải thiên tai?
khi còn nguyên trái tim tài hoa thơm

đời như vở kịch mãi còn
những hồi kết thúc tùy lòng bao dung
hồn thơm âm điệu vô cùng
muôn ngàn đồng điệu thủy chung với lòng

nốt nhạc giản dị trăm năm
thở hít cùng với thăng trầm tình yêu
trái tim người đựng bao điều
mở ra như những cánh diều bay cao

theo vài ca khúc bất tử của nhạc sĩ Cung Tiến

Hương Xưa từ ruột con đò
từ con diều gió vật vờ mây cao
cánh vàng bướm vờn bờ ao
tiếng rơi của nụ ca dao xuống lòng
nhị hồ vẳng cung *Nguyệt Cầm*
thả trăm điển tích vào lòng âm thanh
đời thơm từ những mong manh
mà ngàn thu vẫn xuân xanh cùng đời

lòng tràn *Hoài Cảm* ngày qua
long lanh hình ảnh thiết tha sống hoài
từ xa lạ ngọn tóc mai
đến kề cận tấm hình hài mến thân
ai ngờ rồi cũng cố nhân
tình xưa nghĩa cũ bâng khuâng ngậm ngùi
mơ hồ tình đượm cánh môi
hồn thơm tay lót vào lời ca bay

lỡ chân vấp phải *Thu Vàng*
tưởng như dẫm phải chiều tan dưới tình
lặng yên đếm bước một mình
nghe trăm chiếc lá rung rinh lìa đời
nhớ ai hay chỉ nhớ đời
nhớ đôi mắt biếc nghe người run run
chiều thu vàng nắng buồn buồn
bài ca trải xuống mặt đường lang thang

nương theo thơ cùng tỏ tình
hồn Cung Tiến chở thơ tình bay xa...

cõi tình Ngô Thụy Miên

thân tặng nhạc sĩ Ngô Thụy Miên

thưa người, em nhớ mùa xuân
nhớ cây nêu dựng gió rung như cười
trăm năm người đã làm người
trăm năm em vẫn là người Việt Nam

cuối trời cùng đất lang thang
trên thân thể vẫn da vàng tóc đen
đời giàu xuôi ngược bon chen
tiếng tình trong trái tim hằng ước mơ

nhạc người như những búp thơ
cho em ghé đậu vẩn vơ buồn buồn
làn môi em ướp nhớ thương
muốn hé ra hát nụ buồn *Dốc Mơ*

và *Riêng Một Góc Trời* thơ
Miên Khúc mở rộng lối vào tình yêu
người cho đời biết bao nhiêu
cái sâu sắc, cái mỹ miều ngữ âm

Tình Khúc Buồn rộng như sông
Từ Giọng Hát Em vừa lòng người chăng
lời tình nhạc chẻ ánh trăng
người chia đều khắp đường răng chân mày

Niệm Khúc Cuối sước bàn tay
Dấu Tình Sầu vẫn còn đầy nhớ nhung
em mang *Mắt Biếc* thủy chung
đi trong thiên hạ nở bừng cỏ hoa

Giáng Ngọc thơm nét kiêu sa
nhờ người trau chuốt thướt tha bên trời
trái tim người đủ chỗ ngồi
cho bao xuân sắc đất trời đa mang

dẫu là *Nỗi Đau Muộn Màng*
em cũng xin được làm trang nhạc tình
bàn tay người vẫn hiển linh
vãi em đi trải xuân tình bốn phương

mỗi giọt nhạc một nguồn hương
muôn năm thơm phức tình thương yêu đời

ta - em - và âm nhạc

thân tặng nhạc sĩ Trần Quang Lộc

ta về với mẹ ta thôi
dễ gì lạc dấu lòng nôi mẫu từ
Vầng Trăng Của Mẹ thiên thu
sáng từ được mớm tiếng ru đầu đời

ta là tôi, vẫn là tôi
là một giọt nhạc buồn vui tình cờ
yêu em từ thuở ngây thơ
Người Em Sầu Mộng đi vào âm thanh

Ngày Xưa Hai Đứa chòng chành
dần dần hai đứa bỗng thành của nhau
Mùa Xuân Hoa Tím đượm màu
Áo Hoa em mặc, ta hầu theo chân

Chỉ Cần một phút bâng khuâng
của em đã đủ thơm vần thơ hoa
thơ thành điệu *Phiêu Bồng Ca*
một đời ta chắt tim ra dâng người

vay thêm em từng nụ cười
từng hương *Trong Dáng Em Ngồi* ngát thơm
Lãng Du Ca ấm tâm hồn
càng lênh đênh mộng núi sông tuyệt vời

trải tình *Gõ Đàn Hát Chơi*
tặng *Sợi Tóc Để Quên* lời nhớ nhung
Trong Đôi Mắt Em từng chùm
ký âm ta thả vào cùng tình si

Chợt Nghe Em Hát câu gì
đúng lời ta viết thầm thì: yêu em
Câu Hát Tình Quê êm đềm
bởi vì đã có tình em ngã vào

Đã Như Lòng Tôi ngọt ngào
thì trăm năm cũng đời rao giảng tình
yêu em chẳng những em xinh
mà em có trái tim mình giống nhau

xin *Cho Tôi Lại Từ Đầu*
lặp cho rõ điệu khúc mầu nhiệm xưa
Có Những Chiều Nghe Rất Lạ chưa
em về theo những tiếng mưa dịu dàng

Mộ Trăng không lấp bóng nàng
Chỉ Còn Bóng Đổ Dài trang chân thành
Chỉ Vì Em vẫn *Yêu Anh*
chỉ vì em vẫn là tranh trong hồn

nhạc ta chẳng thể cô đơn
Võng Đưa Tình Cũ vuông tròn mông mênh
xin gắng *Về Đây Nghe Em*
ta, em, âm nhạc, trái tim cuộc đời

lòng nhạc Trần Tiến

thân tặng nhạc sĩ Trần Tiến

bao giờ *Tóc Gió Thôi Bay*
để tôi được nắm bàn tay biết buồn
xem từng đường chỉ ngược xuôi
từng cung sanh tử tới lui duyên tình

dẫu người hờ hững *Vô Tình*
tôi vẫn ghé đậu làm thinh đứng nhìn
Sắc Màu sáng tối u minh
mở ra bằng nốt nhạc tình sáng trăng

Đôi Lời Tâm Sự mon men
ghé vào hồn *Phố Nghèo* hèn âm u
để thành *Dòng Sông Mùa Thu*
bát ngát điệp khúc tình ru giấc nồng

có không một *Lá Diêu Bông*
cõi đất hạnh phúc ươm trồng tự do
(nhà thơ chẳng phải giả đò
nhạc sĩ chẳng phải bày trò vui chơi)

mỗi nét nhạc một nét đời
chở thơ đi khắp bầu trời khoan dung
trăm năm không là vô cùng
triệu năm cũng chẳng mịt mùng khói sương

chỉ cần một chút yêu thương
một chút san sẻ mật hương đất trời
bên hiên lại có hai người
hôn nhau để biết là đời của nhau

Mùa Xuân Gọi đã bao lâu
tiếng cười như thể lạc đâu chưa về
bài ca dắt mái tóc thề
chẳng phải giữ tóc mà vân vê tình

Độc Huyền Cầm khúc thủy tinh
Nguyễn Du giao lại tay linh hiển trồng
cũng nhờ lòng dạ trổ bông
nên dòng nhạc mới như sông đưa người

xem kìa, ai giống *Chị Tôi*
sống cùng âm điệu như người xa xưa

tình chờ

thân tặng nhạc sĩ Trịnh Nam Sơn

Tình Vào Thu mướt *Dòng Sông*
Cội Nguồn yêu dấu mênh mông phiêu bồng
Nhớ em từ lúc hừng đông
buồn qua chiều tắt nắng hồng bên hiên

đâu rồi vùng trời bình yên
nơi ta cùng với *Giáng Tiên* im ngồi
cả hai cùng ngó lên trời
đọc câu thề nguyện thơm lời thủy chung

bỗng nhiên lòng chợt vô cùng
Khi Đêm Dài Đổ Xuống vùng nhớ thương
em thành *Dĩ Vãng* đứng buồn
trong lòng ta đậm vết thương bất ngờ

Duyên Tình mỏng mảnh như tơ
vụng lời để đứt ngẩn ngơ nhớ hoài
Rồi Mai Sẽ Một Ngày dài
ta nằm phổ khúc nhạc chờ mong em

giọng ca lẫn giữa ngày đêm
như con quốc gọi *Về Đây Em* tình
Một Góc Đời ta hiển linh
mong em, giọt nắng thủy tinh trở về

Tình Nào Phai Dấu nguyện thề
chắc em cũng *Nuối Tiếc* về ngày qua
vẫn yêu *Khi Tình Bay Xa*
tại sao không ghé nóc nhà vàng son

Dấu Chân Tình Nhau vẫn còn
ta xin trải nhạc rước son sắt về
Con Đường Màu Xanh chưa hề
phai hương em vãi bốn bề cỏ hoa

Quên Đi Tình Yêu Cũ à ?
không đâu, em sống trong ta muôn đời
lời ca tiếng nhạc vậy thôi
thật ra ta vẫn đời đời có nhau

ca nguyện

thân tặng nhạc sĩ Vĩnh Điện

vì *Tôi Chỉ Muốn Làm Người*
một người nước Việt nên đời bi thương
sinh ra *Từ Lòng Quê Hương*
Tôi Mơ những chuyện bình thường nhỏ nhoi

Bóng Chiều ngả trên vồng khoai
thơm ngát lưng mẹ trải dài lên hoa
tiếng cười vang vọng *Mây Xa*
Thời Gian lay tóc mẹ già rưng rưng

Bỗng Nhiên Nhớ Lại vô cùng
lời *Ca Nguyện* cũ khi cùng em qua
sân nhà thờ nóc con gà
một thời Đà Nẵng thiết tha thuở nào

Nắng Đêm thắp những vị sao
soi vừa rõ mặt chiêm bao cuộc đời
Vết Thương Sỏi Đá trong người
đang cần được những tiếng cười cưu mang

vậy là tôi vỗ tình tang
chợt thành ca khúc nhạc vàng yêu em
trời mông mênh đất mông mênh
lòng tôi không nỡ lênh đênh một mình

này *Hỡi Người Em Hòa Bình*
về mau đi nhé, thương tình Việt Nam
linh hồn máu đỏ da vàng
Còn Đâu Nữa hỡi tiếng đàn đa âm

vẫn còn đủ một cái tâm
một *Giọt Nước Mắt* có lòng thiết tha
Em Là Cỏ Dại hay là
Đó Quê Hương Tôi với cửa nhà khói bay

Chiều Trên Biển Cam Ranh này
nhớ ra tôi với tháng ngày trẻ thơ
Tình đã Chết Đi Không Ngờ?
thưa không tình vẫn xanh bờ lá hoa

dù *Đưa Em Về Xót Xa*
tôi vẫn ca hát đến già vì em
nhớ em dù ở trong em
hương thơm bốn hướng ấm tên tuổi đời

bài *Ca Nguyện* vốn không lời
rời tim tôi bỗng thành người quen thân
cảm ơn em đã ân cần
giúp tôi trả ít nợ nần trả vay

dặn dò

kính tặng nhạc sĩ Xuân Tiên

mang theo *Khúc Hát Ân Tình*
quyết đi giữ núi sông xinh cõi bờ
Chờ Anh Em Nhé, nàng thơ !
gối trăng để có những giờ với nhau

Gió Hiền đang hát mái sau
lời âu yếm ngọt như cau trộn trầu
mắt em chứa triệu hạt châu
đừng để rơi ướt tình đầu chúng ta

Chờ Anh Bên Đồi, em nha !
cỏ xanh mây trắng chẳng xa ngàn trùng
Đường Lên Non dẫu vô cùng
sẽ *Về Dưới Mái Nhà* chung chúng mình

Mong Chờ là ngọc thủy tinh
long lanh trong sáng như tình lứa đôi
Xa Quê Hương, Nhắn Mây trời
nỗi niềm thương nhớ của người tình chung

anh, *Chiến Sĩ Của Mùa Xuân*
lòng vô địch những nhớ nhung yêu đời
Nguồn Sống Bao La đất trời
gom vào cho trái tim ngời sáng thêm

yêu em, nhờ biết yêu em
Nhịp Sống Vui mãi trổ lên hoa hồng
Hận Đồ Bàn, hận non sông
của người xưa vẫn trong tâm thức người
Tiếng Hát Trong Sương ngậm ngùi
xin xem như một nụ cười vắt vai
em ơi *Chờ Một Kiếp Mai*
vác đàn về lại lai rai tỏ tình

nụ tình Phú Quang

thân tặng nhạc sĩ Phú Quang

Em Ơi Hà Nội phố xinh
ghé vai cõng giúp điệu tình lãng du
Lời Rêu xanh mướt giọng ru
dù *Đâu Phải Bởi Mùa Thu* nhuốm buồn

chỉ hình như tại yêu thương
làm giàu thương nhớ vui buồn chia nhau
đến, đi là những bắt đầu
tạo mênh mông những trước sau nồng nàn

gót chân em lưu tiếng vang
làm thành nốt nhạc lan tràn thanh xuân
Điều Giản Dị thật vô cùng:
yêu em là để nhớ nhung cả đời

từng giọt cà phê thấm môi
gõ ly mà hát những lời mông mênh
gọi *Biển Nỗi Nhớ Và Em*
Khúc Mùa Thu ngỡ đã quên lâu rồi

còn *Một Dại Khờ, Một Tôi*
nghêu ngao ngồi vẽ tiếng đời vân vi
Về Lại Phố Xưa rồi đi
tìm em tìm cái xuân thì chính tôi

hóa ra nhạc đã thay người
sống cùng với những khóc cười bình an

tình buồn

thân tặng nhạc sĩ Châu Đình An

Hương Khuya bao bọc gối chăn
Em Nghìn Thu Gió Bay trăng hiên ngoài
hơi em thở, hương áo dài
chợt thanh giọt nhạc thơm bài tình ca

lòng ta *Sầu Khúc* mở ra
cung nghinh em đến thướt tha dáng hồng
Chủ Nhật Mù Sương bềnh bồng
mời nghe ta hát giữa lòng quê hương

Trái Tim Mãn Hạn u buồn
nhờ *Mùa Hạ Đến* bất thường có em
Cỏ Mềm Thênh Thang nghiêng nghiêng
Em Là Cõi Từ Bi riêng đời và

hồn nhạc xao xuyến tình ca
dón *Em Đến Giữa Đời* ta phiêu bồng
cho dù *Trái Tim Hoàng Hôn*
vẫn đầy hạnh phúc thơm dòng thương yêu

bỗng nhiên một sớm một chiều
trời thơ nhạc bỗng tiêu điều gió bay
buồn *Khi Cuộc Tình Chia Tay*
đàn ta lên tiếng sầu đầy thinh không

Nước Mắt Xa Tình thành dòng
nhạc tình trang trải nỗi lòng bi ca
Em Đã Không Yêu Anh là
không yêu hình ảnh đời và chính em

mục lục

mở cửa ngọn tình lục bát - 5

phần 1
thiên nhiên xuất sắc

chim trong sân sau nhà - 9
hòa hợp - 10
hoa vàng - 11
mơn mởn tháng tư - 12
tháng tư nơi cư ngụ - 14
nắng hè - 15
trung thu rước đèn - 16
lá phong mùa thu - 18
thung lũng hoa vàng - 20
thu trong lục bát - 22
tháng tám 2013 - 23
cánh cửa tháng mười - 24
chào anh mười một - 25
nắng thơm destino circle san jose - 26
mưa phùn - 27
mộng đêm trăng - 28
mưa hoa - 29
mưa núi - 30
sen - 32
hái sen - 33
hoa thời gian - 34
vẽ tình theo nhạc - 35
nâng ly - 36
cung chúc 12 nguồn tuổi - 37
một buổi sáng mùng một tết - 42
nhớ mùa tết cũ - 44
pháo tết - 45
nhớ những mùa tết xưa - 46
sân xuân một thuở - 48
chào xuân - 49

nhịp xuân - 50
vườn xuân - 51
quả xuân - 52
mưa xuân - 53
khai bút năm mẹo - 54
xuân lạc quan - 56
chờ đợi đầu năm - 57
trôi theo xuân thì - 58
ngày tình valentine - 59

phần 2
quê hương

quê hương - 63
nhớ về quê mẹ - 64
quê cha - 66
về quê - 67
thăm làng - 68
ngõ tre quê nhà - 70
cổng tre - 72
nhạc lũy tre - 73
cầu ao - 74
khi về thăm Quecbec - 76
mưa trên phố ấu thơ - 78
hương mạ ba trăng - 80
mùa gặt - 82
Hội An - 84
qua sông Hàn - 86
thăm chợ Miếu Bông - 87
sông Hàn, sông ngát tình tôi - 88
chợ vườn hoa Đà Nẵng - 90
Đà Nẵng tuyệt vời của tôi - 92
Sài Gòn tôi vắt trên vai - 94
tháng tư màu xám tro - 96
về một tháng tư - 98
tháng tư Mississauga - 99
theo đời - 100
đi tìm hàng cây - 101
tôi trong lòng San Jose - 102

phần 3
gia đình

ba em - 107
má em - 108
tháng tư về mẹ - 109
trăng mùa vu lan - 110
bài nhớ chị cả Giáo và các cháu - 112
nhớ anh - 114
chị tôi, kim anh kiều liên - 116
bài mừng sinh nhật anh - 118
chỗ ngồi - 119
ruột thịt chân tình - 120
yêu em - 122
bài viết thay Châu - 123
thấm ý - 124
bài cho con út, Đạt - 125
Quebec ngày ghé về - 126
hạnh phúc bắt gặp - 127
tặng các con của Châu - 128
ấu thơ - 129
lòng võng ấu thơ - 130
một chuyến giang hồ - 131
thắp tuổi - 132
cho sinh nhật 2016 - 133
quà lễ nhân tình - 134
hoa tình nhân - 135
trang thơ Lê Thị Châu & Lê Hân - 136

phần 4
thầy, cô, bè bạn

ngồi quán Ngọc Anh - 145
bài cho ngày 2 tháng 2 - 146
bài tặng anh chị luật sư Hùng & Hằng - 148
cuộc tình tuyệt vời - 149
đất lành chị đậu - 150
bài tặng Tạ Quốc Quang - 151
một đời đủ đôi - 152

tặng nhóm bạn golf Montreal - 153
tặng nhóm bạn golf San Jose - 154
tặng nhóm bạn golf Toronto - 156
tặng các bạn tại San Jose - 157
gởi các em trong lớp học tình thương - 158
bài cảm tạ ân nhân - 159
bài đón giáng sinh 2015 - 160
vẽ Đỗ Huỳnh Đăng Ngọc - 161
chúc mừng nhân ảnh tân văn - 162
bài chúc bác sĩ - 163
một thời mơ Hồng Đức - 164
ra mắt San Jose - 166
thời trung học tôi - 167
dạy kèm - 168
thơ tặng cô thầy thời trung học - 169
tưởng niệm bạn trung học đi khỏi cuộc đời - 175
nụ cười tặng bạn chung lớp - 179
viết chung tặng tất cả các bạn cũ - 187

phần 5
văn nghệ sĩ

tình sách - 191
từ một câu thơ - 193
bài tặng họa sĩ Khánh Trường - 194
bài tặng nhà thơ Thành Tôn - 195
bài tặng nhà văn Song Thao - 196
ngợi ca hạnh phúc - 197
mừng bạn thăm nhà - 198
tiễn người "đưa em sang sông" - 200
tản mạn lục bát - 202
chợt nhớ nhạc sĩ Văn Cao - 204
tiễn anh về đất mẹ - 205
trách "nỗi lòng người đi" - 206
mượn âm thanh tiếng nhạc buồn - 208
đưa chân "khúc tình ca" - 210
Vô Thường - 211
như là tình ca - 212
sống cùng ca khúc họ Hoàng - 214
bất tử cùng âm thanh - 216

lạc quan khúc - 217
thánh thót những giọt nhạc tình - 218
lang thang theo nhạc Phạm Duy - 220
nhớ người của Hội Trùng Dương - 224
nợ người thân yêu - 226
cõi trọ Trịnh Công Sơn - 228
nốt tình Đăng Khánh - 230
hồn tình Từ Công Phụng - 232
tình khúc từ đại dương - 234
đàn hát mãi mãi tuyệt vời - 236
chiêu dụ tình em - 238
bi khúc - 240
Diệu Hương hương dịu chan hòa - 242
nhạc thở cùng người - 244
theo vài ca khúc bất tử của Cung Tiến - 247
cõi tình Ngô Thụy Miên - 28
ta em và âm nhạc - 250
lòng nhạc Trần Tiến - 252
tình chờ - 254
ca nguyện - 256
dặn dò - 258
nụ tình Phú Quang - 260
tình buồn - 261

mục lục - 263

Liên Lạc Tác Giả
Lê Hân
lehan3359ca@yahoo.com

Liên Lạc Nhà Xuất Bản
Nhân Ảnh
han.le3359@gmail.com

www.ingramcontent.com/pod-product-compliance
Lightning Source LLC
Chambersburg PA
CBHW031623160426
43196CB00006B/260